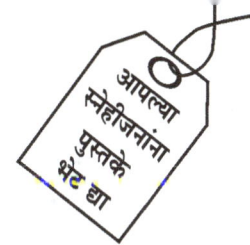

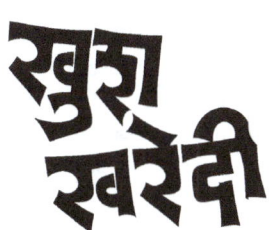

खुशखरेदी

शंकर पाटील

मेहता पब्लिशिंग हाऊस

- *या पुस्तकातील लेखकाची मते, घटना, वर्णने ही त्या लेखकाची असून त्याच्याशी प्रकाशक सहमत असतीलच असे नाही.*

KHUSHKHAREDI by SHANKAR PATIL

खुशखरेदी : शंकर पाटील / कथासंग्रह

मराठी पुस्तक प्रकाशनाचे हक्क मेहता पब्लिशिंग हाऊस, पुणे.

प्रकाशक : सुनील अनिल मेहता, मेहता पब्लिशिंग हाऊस,
१९४१ सदाशिव पेठ, माडीवाले कॉलनी, पुणे – ४११०३०.

प्रकाशनकाल : ३० ऑगस्ट, १९७४ / २५ फेब्रुवारी, १९८४ /
मेहता पब्लिशिंग हाऊसची तिसरी आवृत्ती : जून, २०१० /
सप्टेंबर, २०१२ / फेब्रुवारी, २०१४ / मे, २०१६ /
पुनर्मुद्रण : डिसेंबर, २०१८

मुखपृष्ठ : देविदास पेशवे

P Book ISBN 9788184981247
E Book ISBN 9789387319806
E Books available on : play.google.com/store/books
www.amazon.in/b?node=15513892031

अनुक्रमणिका

एक इरसाल गुरुजी

कोल्हापूर जिल्ह्यातल्या एका इरसाल खेड्यातली ही गोष्ट. अडीच-तीन हजार वस्तीचं हे गाव, पण सबंध तालुक्यात नावाजलेलं होतं. प्रत्येक गोष्टीत पुढं असायचं. इथं सहकाराचं वारं आलं, विकास सोसायट्या स्थापन होऊ लागल्या, आणि पहिली अफरातफर याच गावात झाली! गावंच असं नमुनेदार होतं. झुणका भाकरीपासून ते प्रीतिभोजनापर्यंतच्या सगळ्या गोष्टी इथं घडत होत्या. अशा या राजकारणी गावच्या शाळेचे हेडमास्तर म्हणजे तर एक खास नमुना होता! सावंत गुरुजी म्हणून ते साऱ्या तालुक्याला परिचित होते. काय सांगाव्यात त्यांच्या एकेक गोष्टी!

हे सावंत गुरुजी म्हणजे वरून दिसायला अगदी साधेभोळे, पण अंतरी नाना कळा. एक खादीचा डगला आणि पांढरी टोपी असा साधा वेश. उंची फार तर पाच फूट तीन इंच, पण हात आभाळाला लावेल अशी करामत! त्यांची एकच साधी गोष्ट सांगायची, तर गेल्या पंधरा वर्षांत त्यांनी आपली बदली होऊ दिली नव्हती! एकाच ठिकाणी ठाण मांडून ते बसले होते. त्यांची बदली करण्याचा प्रयत्न झाला नाही, असं नाही. अनेक वेळा बदली झाली, पण सावंत गुरुजींनी आपला चार्जच कुणाला दिला नाही. बदली करणाऱ्यांच्या बदल्या व्हायच्या आणि हे तिथंच राहायचे.

अशा या सावंत गुरुजींनी आपला जम छान बसवला होता. ते सहसा कधी शाळेत जायचेच नाहीत. शाळा तपासणी आली, म्हणजेच नाइलाजानं त्यांना शाळेत काही तास राहावं लागायचं. एरवी त्यांचा मुक्काम बाहेरच. त्यांच्यामागं व्यापही मोठे होते. ग्रामपंचायतीपासून जिल्हा परिषदेपर्यंत सगळीकडे त्यांचा वावर असायचा. घरात पुढाऱ्यांचं येणं-जाणं असायचं. सहकारी सोसायटीची लफडी असायची. एक ना दोन, हजार भानगडी असायच्या. उगवलेला दिवस मावळेपर्यंत शाळेला जायला त्यांना सवडच व्हायची नाही. गावचं राजकारण त्यांच्या हातात

होतं. त्यांना वेळ मिळणार कुठला? दिवस उगवला की सोपा माणसांनी भरायचा. कुणाला तगाई पाहिजे असायची, तर कुणाला काय – अशी नाना कामं घेऊन लोक गुरुजींच्याकडे यायचे. या सगळ्यांची कामं करण्यात त्यांनाही आनंद असायचा. त्यामुळे या सावंत गुरुजींवर सबंध गावचा लोभ जडला होता आणि गुरुजींनी जिल्ह्यातले पुढारी आपल्या मुठीत ठेवले होते. त्यांना दुखवायला कोणताही पुढारी राजी नव्हता. सगळ्यांची या गुरुजींवर भिस्त होती. एकूण झकास बस्तान बसलं होतं. गेल्या पंधरा वर्षांत हळूहळू मूळच्या पाच एकर रानात भर पडून पंचवीस एकराची बागायत झाली होती. शाळेतली पोरं शाळा झाडत होती, घंटा देत होती आणि शाळेचा गडी कायम गुरुजींच्या रानात वस्तीला होता. दर महिन्याच्या महिन्याला त्याला सरकारी पगार मिळत होता. सगळं झकास आणि बिनबोभाट चाललं होतं. सावंत गुरुजी म्हणजे एक चांगलंच प्रस्थ झालं होतं. गावात, तालुक्यात आणि शिक्षणखात्यातही त्यांचा दबदबा निर्माण झाला होता.

कुठं माशी शिंकली कळलं नाही, पण एक दिवस या सावंत गुरुजींबद्दल एक निनावी अर्ज जिल्ह्याच्या शिक्षणाधिकाऱ्यांकडे आला आणि कारवाईला सुरुवात झाली. अनेक तक्रारी त्या अर्जात केल्या होत्या. त्यांची चौकशी करणं, खात्याला भागच होतं. शिक्षणाधिकाऱ्यांनी या कामी एका कर्तव्यदक्ष अधिकाऱ्याची नेमणूक केली. प्रत्यक्ष भेटीला बोलावून ते त्या अधिकाऱ्याला म्हणाले, "हे पहा मिस्टर थत्ते, तुम्हाला ही जी चौकशी करायची आहे, ती फार दक्ष राहून करावी लागेल. हा सावंत गुरुजी म्हणजे बडी आसामी आहे."

थत्ते हाडाचे कर्तव्यदक्ष अधिकारी होते. ते लगेच म्हणाले, "आसामी बडी असो, नाहीतर लहान असो. आपण आपलं काम चोख केल्यावर आपल्याला काय?"

"तसं नव्हे." असं म्हणून अधिकाऱ्यांनी न राहवून एकदोन सूचना त्यांना केल्या. ते म्हणाले, "अहो, आपल्या जिल्हापरिषदेच्या अध्यक्षांचा उजवा हात आहे तो. महापाताळयंत्री माणूस आहे. एवढं लक्षात घेऊन चौकशी करा. एवढंच सांगतो."

"ठीक आहे. माझं काम मी चोख करतो," असं म्हणून त्यांनी तक्रार अर्ज आपल्या हातात घेतला. सर्व अर्ज नीट काळजीपूर्वक वाचला. ज्या मुद्यावर चौकशी करायची, ते सर्व मुद्दे एका कागदावर नीट एकाखाली एक असे लिहून काढले. टिपण तयार केलं. त्या अनुषंगानं आवश्यक ते सगळं पूर्वीचं रेकॉर्ड पाहिलं. सगळे संदर्भ गोळा केले. कागदपत्रांची सर्व जुळणी केली आणि एक दिवस चौकशीच्या कामासाठी ते त्या गावी निघाले.

थत्ते कर्तव्यदक्ष अधिकारी होते, एका परीनं त्यांना ही चालून आलेली संधीच

वाटली. चौकशीचं हे काम शक्य तितक्या खोलात शिरून अगदी चोख करायचं आणि खात्याकडून शाबासकी मिळवायची, असा त्यांनी अगदी निश्चयच केला. सावंत गुरुजींची पाळेमुळे खणून काढण्याच्या इराद्यानं हे त्या गावी गेले खरे; पण त्या गावी पोचण्यापूर्वीच कोण चौकशीला येणार आहे, केव्हा आणि कोणत्या गाडीनं, ही सगळी बारीकसारीक बातमी सावंत गुरुजींना आधीच जाऊन पोचली होती. गुरुजी मुळीच गाफील नव्हते. ते पूर्ण तयारीत होते. त्या निनावी अर्जाची एक नक्कलसुद्धा त्यांच्या हातात गेली होती. त्यांची चौकशी सुरू होण्यापूर्वी त्या निनावी अर्जाची चौकशी गुरुजींनीच आधी करून ठेवली होती. करायचा तो बंदोबस्त पूर्ण केला होता. जो अधिकारी चौकशीला येणार होता, त्याची सगळी माहिती गुरुजींनी गोळा केली होती. त्याचा कसा काटा काढायचा, हे त्यांनी मनाशीच ठरवलं होतं. सगळी आखणी पूर्ण करून ते या अधिकाऱ्याची वाटच बघत बसले होते. त्यांनाही ही संधी चालून आल्यासारखी वाटत होती; कारण या अधिकाऱ्यानं एक कर्तव्यदक्ष आणि कडक अधिकारी म्हणून नाव मिळवलं असलं, तरी काही शिक्षकांना त्यांनी दुखवलं होतं. गेले दोन वर्षे भागाधिकारी म्हणून काम करत असताना या पूर्वी गावच्या शाळेलाही त्यांनी काही वेळा भेटी दिल्या होत्या आणि शेरेबुकात दोनदा वाईट शेरेही लिहिले होते. तो रागही गुरुजींच्या मनात होताच. नाकानं वांगी सोलणाऱ्या या कडक अधिकाऱ्याचा काटाच काढायचा चंग गुरुजींनी बांधला होता.

अधिकाऱ्याचं पाऊल शाळेच्या आवारात पडल्या पडल्या सावंत गुरुजी हात जोडून अगदी अदबीनं पुढं झाले आणि अगत्यपूर्वक स्वागत करून म्हणाले, ''नमस्कार, या साहेब.''

साहेब खरोखरच कडक होते. त्यांच्या चेहऱ्यावर या स्वागताचा कसलाही परिणाम उमटला नाही. अतिशय गंभीर चेहऱ्यानं ते गुरुजींच्या मागोमाग शाळेत गेले. खुर्चीत बसल्या बसल्या म्हणाले, ''मी भागाधिकारी आहे.''

''माहीतच आहे की, हे काय सांगायला पाहिजे?''

''मी शाळा तपासायला आलो नाही. तुमच्याविरुद्ध एक निनावी तक्रारअर्ज खात्याकडे आला आहे, त्याची चौकशी करायला आलो आहे.'' असं स्वच्छ बोलून साहेबांनी आपला हेतू स्पष्ट केला व काहीही गुळमुळीत न ठेवता त्यांनी खाकी लखोट्यातून तो अर्ज व इतर कागदपत्रं बाहेर काढली. त्या कागदपत्रांकडं शांतपणे बघत गुरुजी म्हणाले, ''माझ्याविरुद्ध निनावी अर्ज म्हणता?''

''होय. तुमच्याविरुद्ध. हा अर्ज वाचून बघा आणि यावर तुम्हाला काय म्हणायचं असेल ते मला लेखी द्या!''

यावर गुरुजी हसले आणि म्हणाले, ''हे दांडगं भेंडुळं दिसतंय कागदांचं.

साहेब, असं करू – आधी च्या तर घ्या.''

साहेब बोलले, ''चहा घेऊ, पण त्यासाठी काम कशाला थांबवायचं? आजच्या एका मुक्कामात मला सगळं उरकायचंय. तुमचं लेखी म्हणणं घ्यायचंय, शिवाय संबंधितांचे जाबजबाब घ्यायचे आहेत.''

''म्हणजे रात्र थोडी आणि सोंगं फार म्हणा की!''

गुरुजींच्या बोलण्याकडं दुर्लक्ष करून साहेबांनी चौकशीच्या कामाला सुरुवातही केली. ते म्हणाले, ''आधी हा अर्ज वाचा.'' पूर्वी चांगली अनेक पारायणं त्यांनी केली असली, तरी 'अगदी नव्यानंच पाहतो,' असा अविर्भाव दाखवून गुरुजींनी तो अर्ज हातात घेतला आणि काळजीपूर्वक वाचला. साहेबांनी लगेच विचारलं, ''काय म्हणायचंय यावर तुम्हाला?''

डोळे झाकल्यागत करून गुरुजी बोलले, ''यावर मी तरी काय म्हन्नार हो?''

''काय म्हणायचं ते म्हणा.''

''साहेब, हे सगळं झूट हाय.''

''म्हणजे?''

''खोटं हाय.''

''खोटं?''

''तर, अगदी निखालस खोटं!''

साहेबांनी विचारलं, ''असं लेखी द्यायला तयार आहात?''

'' तर मग नुसतं तोंडी कशाला सांगायचं? एका ओळीत लिहून देतो तुमाला, हे सगळं खोटं आहे.ऽऽऽ''

थोडा वेळ विचार केल्यागत करून साहेब म्हणाले, '' ते ठीक आहे. ते तुमचं लेखी लिहून द्याच, पण या संबंधी मी विचारीन त्या प्रश्नांची उत्तरं तुम्हाला द्यावी लागतील.''

''तुम्ही पाहिजे ते विचारा हो. विचाराल त्या प्रश्नांची उत्तरं देतो की!''

साहेबानं आपलं टिपण काढलं आणि चौकशीच्या कामी ज्या गोष्टींचा खुलासा त्यांना हवा होता, त्यापैकी एकेक गोष्ट ते विचारू लागले –''असं सांगा, गेले किती वर्षं तुम्ही या शाळेवर आहात?''

''गेली पंधरा वर्षं तीन महिने याच शाळेत मुख्याध्यापक आहे.''

''यापूर्वी कधी तुमची बदली झाली होती का?''

''होय, पाच वेळा बदली करण्यात आली होती.''

''मग तुम्ही इथंच इतकी वर्षं कसे राहिलात?''

''साहेब, हा प्रश्न मला का विचारता?''

''मग कुणाला विचारायचा?''

"आपण तो खात्याला विचारा ना!"

साहेब जरा चमकले. गुरुजींचं म्हणणं बरोबरच होतं. खात्यानं त्यांना हलवलं नव्हतं, म्हणूनच ते इथं राहिले होते. साहेबानं थोडा विचार केला आणि मग ते म्हणाले, "त्याचं असं आहे गुरुजी, प्रत्येक वेळी तुम्ही बदली रद्द करून घेताना कोणाचा तरी वशिला लावला असेल. या अर्जात हा आरोप आपल्यावर आहे, त्यावर काय म्हणायचंय?"

गुरुजी हसून बोलले, "साहेब, वशिला लावल्याशिवाय चालंल कसं? मागं मी मंत्र्याचा वशिला लावला असंल, नाहीतर लाच दिली असंल; पण माझ्या जबाबात मी नाहीच म्हणणार की!"

गुरुजींनी हा मुद्दा इतका स्पष्ट केल्यावरही साहेबानं विचारलं, "म्हणजे कोणाचा वशिला लावला नाही, असंच तुम्हाला म्हणायचंय?"

"तर काय मग? वशिला लावला म्हणून सांगू?"

खाकरल्यासारखं करून साहेब म्हणाले, "ठीक आहे. आता असं सांगा, आपण शाळेत कधी उपस्थित नसता, हे खरं आहे का?"

"शाळेत कधी नसतो?"

"होय."

"मग काखेत धोपटी घेऊन कुणाची खरडायला जात असतो की काय?"

साहेब तोंडाकडे बघतच राहिले. मग गुरुजीच म्हणाले, "अहो शाळेत असतो की नसतो, हे बघायला शाळेचं रेकॉर्ड बघा की! रोजच्या सह्या आहेत की नाहीत, बघा."

"ते मी पाहीन."

असं म्हणून साहेबांनी दुसरा प्रश्न केला,

"शाळेचा गडी आपल्या रानात कामाला असतो, हे खरं काय?"

"शाळेचा गडी?"

"होय."

"त्याला पगार सरकार देतं, मी नाही."

"पण तो काम कुठे करतो?"

गुरुजी म्हणाले, "अहो, माझ्या रानात काम करायला काय मी त्याला पगार देतो?"

"म्हणजे तुमच्या रानात तो काम करत नसतो?"

"उघडच आहे."

"बरं, असं सांगा." असं म्हणून साहेब म्हणाले, "आवडाबाई नावाची कोणी बाई गावात आहे. तिच्याशी आपला काही संबंध आहे?"

गुरुजी हसून म्हणाले, "हा फार खाजगी प्रश्न विचारता, साहेब."

"तुमच्या वागणुकीवर प्रकाश पडण्याच्या दृष्टीनं हे विचारणं आवश्यक आहे."

"माझा काहीही संबंध नाही. वाटल्यास आपण परस्पर त्या बाईंचा जाब घ्या."

गुरुजींनी हे मुद्दामच सुचवलं. साहेबासही बाई डोळ्यांनी बघण्याची इच्छा होतीच. बाकीचे प्रश्न विचारून झाले. शाळेच्या नोकराची आणि बाकीच्या शिक्षकांच्याही साक्षी घेतल्या आणि मग गावातील इतर संबंधितांकडे चौकशी करण्यासाठी बाहेर पडले. प्रथम गेले ते आवडाबाईच्या घरी.

आवडाबाई चांगली डोळ्यांत काजळ घालून बसली होती. साहेबाचं आगत-स्वागत करून म्हणाली, "का आलाय?"

"आपल्याकडं थोडी चौकशी करायची होती."

"मग अनमान का? इचारा की."

"अंऽऽऽ आपला आणि सावंत गुरुजी यांचा संबंध काय?"

"कसला संबंध?"

कसं स्पष्ट करावं, हा प्रश्नच पडला. मग जरा धीर करून साहेब म्हणाले, "संबंध म्हणजे असं, की गुरुजी हे आपले कोण लागतात?"

"हे ऽऽऽ आपण त्यांच्याशी काही तसेऽऽऽ संबंध ठेवलेत का?"

"तसे म्हणजे?"

"हेच. अऽऽ आपण त्यांच्या लग्नाच्या नाही!"

अंऽऽऽ असं म्हणून आवडाबाईनं एकेक डोळा असला केला आणि साहेबाच्या तोंडाजवळ हात नेऊन म्हणाली, "काय विचारतोस रं मुड्द्या! हे विचारायला सरकारनं लावून दिलंय तुला? बाईमाणसाला काय विचारावं आणि काय न्हाई हे तरी कळतं का? कुणीकडं रं साहेब झालायंस तू? ढुंगणाला पाय लावून आता पळतोस का गप?" आवडाबाईनं सरबत्ती सुरू केली आणि आख्खी गल्ली दारात गोळा झाली. तोंड घेऊन कसं बाहेर पडावं, हे साहेबाला कळेना झालं. खाली मान घालून तो कसाबसा बाहेर पडला आणि चौकशी संपवून थेट शाळेत जाऊन गप्प बसला. याहून अधिक खोलात शिरायचं नाही, असं त्यांनी ठरवून टाकलं आणि कागदपत्रं लखोट्यात घालून त्यांनी लखोटा बॅगेत ठेवूनही दिला. गुरुजींनीच विचारलं, "साहेब, आणखी कुणाचे जाबजबाब घ्यायचे आहेत?"

"नाही."

"का, कोण राहिलं असंल तर बघा की!"

"कोणी राहिलं नाही. सकाळची पहिली गाडी केव्हा आहे?"

"का? घाई का?"

“तिकडं कामं आहेत. पहिल्या गाडीनं गेलं पाहिजे.”

“अहो, झकास आता जेवणखाण करू. रात्री झोप घ्या आणि मग उठून आंघोळ-बिंघोळ करून मग जावा की!”

“नाही, मला लवकर गेलं पाहिजे.”

साहेबांचा नूरच पार बदलून गेला होता, पण गुरुजी त्यांना असे सोडणार नव्हते. त्यांचा कडकपणा चांगला मऊ केल्याशिवाय त्यांना बरं वाटणार नव्हतं. ती आखणी त्यांनी करून ठेवली होती. साहेबाला त्याचा मुळीच पत्ता नव्हता. ते नुसते कर्तव्यदक्ष होते. बाकीची दक्षता कशी घ्यावी, याची त्यांना काही कल्पना नव्हती.

गुरुजींनी साहेबाला रात्री पंचपक्वान्नाचं भोजन दिलं. पंक्तीला गावातले सात-आठ लोक जेवायला बोलावले होते. गुरुजींची हाय खाल्लेले साहेब जेवण झाल्या झाल्या म्हणाले, “गुरुजी, मला जेवणाचं बिल द्या.”

“अहो, ही काय खानावळ हाय का? बिल कसलं मागता?”

“नाही, तसं नाही. आम्हाला सरकारी भत्ते मिळतात. फुकट खाणं योग्य नव्हे. मला जे असेल ते बिल द्या.”

गुरुजींनी त्यांना परोपरीनं विनवलं, पण साहेबानं मिंधं राहायचं नाही, असं ठरवलंच होतं. ते बिल मागत राहिले. गुरुजी म्हणाले, “अहो, तुम्ही आमचे पाहुणे. तुमच्याकडून बिल कसं घ्यायचं? आमी चार लोकांचं केलं, त्यातच तुम्ही जेवलात.”

“नाही, नाही, बिल द्याच.”

मग गुरुजींनी एक टिपण केलं आणि दहा लोकांच्या जेवणाचं सगळं बिल साहेबांकडं दिलं. नाही म्हणायची आता सोयच नव्हती. सगळ्यांचं बिल साहेबानं भरलं आणि उसासा सोडला; पण एवढ्यानं भागणार नव्हतं. गुरुजी म्हणाले, “चला, आता झोपायला जाऊ. झोपण्याची व्यवस्था गावात दुसरीकडं केली आहे.

गुरुजींनी साहेबाच्या झोपण्याची व्यवस्था खास केली होती. एका रिकाम्या खोलीत पलंगाभोवती जाळीदार मच्छरदाणी लावून सुरेख शय्यागृह तयार केलं होतं. साहेबाला घेऊन ते तिथं आले. त्या खोलीत नुसता पलंग नव्हता. मच्छरदाणीच्या आत एक तरणीबांड कोल्हाटीण होती. पांघरुणात लपून राहिली होती. साहेबाला त्या गुहेत सोडून गुरुजींनी निरोप घेतला. साहेबानं दार आतून बंद केलं आणि गुरुजींनी बाहेरून कडी घातली. तोवर बाजूच्या बोळातून तालमीतली पोरं हळूहळू गोळा झाली. आतल्या ओरडण्याची वाट बघत राहिली.

अंगातले कपडे काढून साहेबांनी दिवा बारीक केला आणि ‘श्रीराम’, ‘श्रीराम’ म्हणून ते मच्छरदाणीत शिरले. हात लांब करून त्यांनी पांघरूण ओढलं आणि बांगड्या वाजल्या. कुणा बाईची चाहूल लागली. साहेबांची हबेलहंडीच उडाली.

आपल्या अंथरुणात कुणी बाई आहे, हे बघून तिच्या आधी साहेबच ओरडले, "अगं आई गंऽऽ मेलोऽऽऽ –"

कोल्हाटीण चांगली तयारीची होती. गुरुजींनी शिक्षणच तसं दिलं होतं. असल्या कामात ती अगदी बी.ए., एल.एल.बी. होती. साहेबांच्या तोंडावर हात ठेवून तिनं त्यांचा आवाज बंद केला. मग जरा कुरवाळल्यागत केलं. जवळ घेतलं. त्याच्याकडून होते नव्हते तेवढे सगळे पैसे घेतले. त्याला पुरता नागवला. भ्यालेल्या कोकरागत साहेबाची अवस्था झाली होती. यातून केव्हा सुटका होईल असं त्याला झालं होतं, पण ते अस्वल सोडायला तयारच नव्हतं. मन मानेल एवढ्या गुदगुल्या करून झाल्या आणि मग कोल्हाटणीनं आपल्या अंगावरचा पदर बाजूला केला. ब्लाऊजची बटणं स्वत:च्या हातानं तोडली. बुचडा सोडला आणि केस तोंडावर घेतले. एवढा मेकअप केल्यावर ती म्हणाली, "मेल्या, गुरुजींची चौकशी करायला आलायंस व्हय? आता चांगली फौजदाराकडनं तुझी चौकशी करते. थांब तू! रात्रीची मी एकटी निघालेली बघून मला आत ओढलीस आणि माझ्यावर अत्याचार केलास, म्हणून तुझ्यावर केसच भरते."

साहेबांचं अंग थरथरू लागलं. तोंडाकडून शब्द बाहेर पडेना झाला आणि कोल्हाटणीनं खच्चून बोंब मारून झकास सूर काढला, "धावा, धावा, धावा, अहो कुणीतरी वाचवाऽऽऽ"

पाचपन्नास लोक हाहा म्हणता गोळा झाले. काय सांगावी साहेबांची दैना! न सांगितलेलीच बरी.

पुढं साहेबाचीच चौकशी सुरू झाली – एक खात्यामार्फत आणि दुसरी पोलिसांमार्फत. डब्बल चौकशीचं काम सुरू झालं!

❐

बिऱ्हाड

सकाळ झाली तरी तावडे गुरुजींनी उठून खोलीचं दार उघडलं नाही. ते अजून अंथरुणातच पडून होते. सुट्टी होती, काही कशाची गडबड नव्हती. उठावं सावकाश, म्हणून ते अजून पडूनच होते. लवकर उठून तरी काय करायचं? रोज सकाळी उठून चूल पेटवायचा आणि चहा करायचा कंटाळा आला होता. म्हणून तोंडावरची चादर न काढता तावडे गुरुजी पडून राहिले होते. एवढ्यात बाहेरनं दार वाजलं आणि पाठोपाठ 'गुरुजी-गुरुजी' अशा दोन कोवळ्या हाका ऐकायला आल्या.

तोंडावरचं पांघरूण काढत गुरुजींनी विचारलं,

"कोण ते?"

"मी नामू हाय."

"कोण नामू?"

"मी परटाचा नामू हाय."

चौथीच्या वर्गातला एक चेहरा त्यांच्या डोळ्यांपुढं उभा राहिला. "थांब हं," असं म्हणत ते अंथरुणातनं उठले. दोन्ही हातानं कपाळावरची झुलपं मागे सारली. अंगात सदरा अडकवला आणि छातीवरच्या गुंड्या लावत त्यांनी दार उघडलं. नामू आत न जाता बाहेरनंच म्हणाला, "आईनं विचारलं, तुम्हाला दूध सुरू करायचं हाय काय?"

गुरुजींच्या मनात जरा चलबिचल झाली. लगेच काही उत्तर न देता ते म्हणाले, "आत ए की."

नामू आत गेला आणि भिंतीला लागून गप उभा राहिला. गुरुजी म्हणाले,

"बस की खाली."

नामू खाली बसला. मग गुरुजींनी चूळ भरून तोंड धुतलं आणि वळकट गुंडाळत त्यांनी विचारलं,

"कुनाचं दूध म्हनतोस?"

"आमचंच."

"तुमच्या घरात म्हस हाय व्हय?"

"हाय की."

"किती हैत?"

"एक हाय."

"असं व्हय." असं म्हणून तेही खाली सतरंजीवर बसले आणि कांदा कापायच्या सुरीनं पायाच्या अंगठ्याचं नख काढत त्यांनी विचारलं,

"कोन उसाभर करत र तिचो?"

"आईच की."

दुसऱ्या बोटाच्या नखाला सुरी लावत त्यांनी खाली बघतच दुसरा प्रश्न केला,

"आनि कोन कोन हाय घरात?"

"आनि एक भन हाय."

"तुझ्या पाठीवरची?"

"न्हाई...तिच्या पाठीवरचा मी."

"म्हणजे ती थोरली आणि तू धाकटा व्हय?"

"व्हय."

मग हातातली सुरी बाजूला ठेवत त्यांनी विचारलं,

"तुम्ही तिघंच घरात?"

"तिगंच की."

"आनि शेतीबिती काय?"

"हाय थोडी."

"ते कोन बघतंय?"

"आईच की."

"अस्सं." असं म्हणून त्यांनी एक जांभई दिली आणि आळस देत विचारलं,

"तुझी बहीन थोरली हाय नव्हं?"

"व्हय."

"मग ती न्हाई जात शेतावर?"

"कवा तरी जाती की."

"तिला काय म्हणून हाक मारतोस तू?"

"चंदाक्का."

"चंदाक्का का चंद्राक्का रं?"

नामूला काही कळलं नाही. जबाबी न देता तो गप बसून राहिला. मग गुरुजींनी हाताची बोटं एकमेकांत अडकवून तणावा दिला आणि 'आहाहा' करत पुन्हा

एकवार आळस देऊन विचारलं,

"काय भाव आहे रतिबाचा?"

"मला काय दक्कल?"

"तुला म्हाईत न्हाई?"

"अंहं."

"मग आईला विचारायला पायजे की रंऽऽऽ"

"मी विचारून येऊ?"

जरा विचार करून गुरुजी बोलले,

"तू नको...मीच घराकडं ईन. म्हणजे रतीब सकाळी घालनार की रातीचं, हेबी विचाराय पायजे."

"मग आता येता?"

"येऊ आता?"

"चला."

पेटी उघडून गुरुजींनी चांगला सदरा बाहेर काढला. त्यावर चांगली विजार घातली. केसांना जरा तेल लावलं. पाण्याचा हात फिरवला. पंधरा मिनिटं आरशात बघून भांग पाडला आणि नामूला म्हणाले, "चल."

नामू बरोबर निघाला. मधेच गुरुजी म्हणाले,

"तू पुढं होतोस?"

"तुम्हाला घर सापडंल?"

"मला माहीत नसायला काय झालं? तू हो पुढं. मी येतोय म्हणून सांग."

"बरं." असं म्हणून नामू पळत सुटला. तो पळत सुटला आणि मास्तर मागनं निघाले. ते जाऊन पोहोचेतोवर घरात जमखान्याचं अंथरूण तयार होतं. नामूची आई दारात उभी राहून वाट बघत होती आणि चंद्रा मधल्या चौकटीजवळ थांबली होती. पाय आत आणि तोंड बाहेर अशी. मास्तर येऊन जमखान्यावर बसले. त्यांची नजर आपसूक त्या मधल्या चौकटीकडे वळली. झाडाच्या फांदीआडून चंद्र दिसावा, तशी ती दिसत होती!

नामूच्या आईबरोबर रतिबाचं बोलणं झालं. मग म्हातारीनंच विचारलं, "काय म्हनतोय आमच्या नामूचा अब्यास?"

"हुशार हाय, पण रोज अभ्यास करायला पाहिजे."

"सारखा खेळतोय बघा. त्याचं चित्तं सगळं खेळावरच."

"मग असं करा की."

"कसं?"

"वळकट घेऊन माझ्या खोलीवर येऊ द्या."

“चालंल?”

“न चालायला काय झालं?”

“मग देव पावला म्हनायचा की!” असं म्हणून म्हातारी बोलली, “आजपासनं लावून देतो त्याला. एकुलता एक हाय. तेवडं जरा शानं जालं म्हंजे बरं होईल. रोज तुमी जरा शिकवा. त्योबी तुमची खोली ते सगळं झाडून लख्ख ठेवत जाईल.”

गुरुजींनी विचारलं, “एकच मुलगा व्हय एवढा?”

“ह्यो एकच मुलगा आणि आता हाय ती एक लेक – हे दोघंच की.”

गुरुजींनी नजर वळवून चौकटीकडं बघितलं आणि फांदीआडून दिसणारा चंद्र ढगाआड जाऊन दिसेनासा झाला. गुरुजींनी विचारलं,

“लेकीला काय शाळा शिकवली, का न्हाई?”

“तिला घातली होती शाळेत..”

“मग?”

“लुगडं नेसायला लागल्यावर काडली.”

“ते बरंच केलं.”

म्हातारीही म्हणाली, “खेड्यात कशाची शाळा गुरुजी! तुमी याच्या आधी तर लई मचळा झाला होता.”

“थोडंफार आलंय कानावर माझ्या.”

“काय बोलायची मज्जा न्हाई बघा!”

गुरुजी मूळ मुद्याकडे वळत म्हणाले,

“लिहिन्या-वाचन्यापुरतं येतंय नव्हं? ”

“आता ते तरी कुनाला दक्कल?”

“का?”

“शाळंतनं काढून आता तीन सालं झाली.”

“कितवीतनं काढली म्हणायची?”

“चौथीतच बसली होती दोन सालं.”

“म्हणजे शिकलेलं आता विसरलं असंल.”

“काय येतंय तर तिला!”

“जरा जरा घरात शिकावं.”

“कोन शिकवनार? आनि काय करायचं शिकून?”

“असं कसं?” असं म्हणून गुरुजी बोलले, “आपल्या संसाराला शहाणं व्हायला पाहिजे. शिक्षण काही फुकट जात न्हाई.”

तोवर आत कपबशी वाजली आणि म्हातारी म्हणाली, “च्या झाला काय ग?”

“व्हय.”

“आनून दे की भाईर.”

एका हातात छत्री घेऊन तारेवरनं तोल सावरत चालावं, तशी कपबशी घेऊन ती बाहेर आली आणि गर्रकन वळून भरकन आत गेली. नुसती एक टोच मारून पाखरू निघून जावं, तसं वाटलं!

...यावर चार-आठ दिवस गेले. नामू दिवसातनं दोनदा खोली झाडत होता. रतीब सुरू झालं होतं. सगळं सुराला लागलं आणि एक दिवस शाळा सुटल्या सुटल्या गुरुजी नामूच्या घराकडे गेले. म्हातारी बाजारात गेलेली त्यांना माहीत होती. नामूही आट्यापाट्या खेळायला गावाबाहेर माळाला गेला होता. दारात गुरुजींना बघून चंद्र फांदीआडून डोकावला. गुरुजींनी विचारलं,

“मावशी कुठं हाय?”

“बाजाराला गेलीया.”

“कुठल्या?”

“तांबगावच्या.”

“कवा येणार?”

“तिला यायला एक तासभर रात तरी हुईल की.”

एक उसासा टाकून गुरुजी म्हणाले,

“काय करायचं!”

“काय झालं?”

खिशातनं पुड्या काढत ते म्हणाले,

“च्या-साखर घेऊन आलो होतो.”

“कशाला?”

“दुपारपासनं अर्धी शिसी उठल्यागत झालीया. जरा चांगला चहा मिळेल, म्हनत होतो.”

“मग न मिळायला काय झालं?”

“देतीस करून?”

“का, करता याचा न्हाई का मला?” असं विचारून तीच म्हणाली, “तासाभरात पुरनाचा सैपाक करून वाढीन आणि च्याचं काय हो?”

“मग घे तर ह्या पुड्या.”

ती बाहेर आली – सिनेमा सुरू झाल्यावर पडद्यावर हिरॉईन यावी तशी! गुरुजी बघत राहिले आणि ती रोखून बघत म्हणाली,

“कसल्या पुड्या देतासा?”

“चहा साखरेच्या.”

ती हसत बोलली.

“हिंग मिऱ्याच्या एक दोन आना.”

“कशाला?”

“मग ह्या कशाला आनल्यात?”

“असू द्या. घे की.” असं म्हणून ते बळेच तिच्या हातावर ठेवू लागले आणि त्यांचा हात अडवत ती म्हणाली, “असू द्या. ठेवा खिशात.”

“असं का?”

“घरात काय च्या-साखर न्हाई काय आमच्या?”

मग गुरुजींनी पुड्या खिशात ठेवल्या आणि ती चहा करायला आत गेली. मध्येच बाहेर येऊन म्हणाली, “सुट्टं घालू का त्येच्यात?”

“नको.”

“का?”

“लई तिखटजाळ हुईल.”

“सोसायची न्हाई?”

“न सोसायला काय झालं?”

“मग घालतो तर.”

“घाऽऽल.”

सुंठ घालून तिनं चहा केला आणि आतनंच ती म्हणाली, “चहा भाईर आनू का आत येता?”

“आत येऊ?”

“घरात या की. म्हंजे उगंच कुनाच्या नजरंस पडनार न्हाई.”

गुरुजी उठून मधघरात गेले. जमखाना पसरून तयार होता. मागे टेकायला एक वळकटीही ठेवली होती. ते येऊन बसले. हातात कपबशी देऊन ती लांब उभी राहिली. एकदा कपाकडं आणि एकदा तिच्या तोंडाकडं बघत त्यांनी विचारलं, “मी एकटाच घेऊ?”

पदर तोंडाला लावून ती नुसती लाजली. दोनदा तीनदा मान वेळावली. उरावरचा पदर एकदा सारखा केला आणि डोळ्यांच्या पापण्यांची फडफड करत ती बोलली, “घ्या की, घ्या.”

“एकटाच?”

“हूंऽऽ”

“म्हंजे?”

“गप घ्या की.”

“आतला एक कप आण.”

“कशाला ते?”

“त्यात जरा घालतो.”

“ऊंहूं.”

“आण की.”

“नको.”

“मग ह्यातलाच देऊ?”

ती धीट होऊन बोलली,

“असं देत्यात का कवा?”

“लई मान घेतीस बाई!”

“तुमचं मन मोडत असलं तर जरा ठेवा कपातच.”

धडधड सुरू झाली. कसाबसा त्यांनी चहा बशीत ओतला आणि निम्मा चहा कपात ठेवून ते म्हणाले, “घे एवढा.”

तिनं कप हातात घेतला. त्यांची बशी रिकामी होईपर्यंत ती वाट बघत राहिली. बशी रिकामी झाली आणि कपातला आणखी थोडा चहा त्या बशीत ओतून म्हणाली,

“तुमी आनि येवढा घ्या... मी एवढा घेतो.”

चहा झाला तरी न उठता गुरुजी बसून राहिले. तीही भिंतीला टेकून उभी राहिली. काय बोलावं हे त्यांना समजत नव्हतं आणि फळावर पाखरू बसावं तसं तिला झालं होतं. तोंड जाऊन ती मुकी झाली होती. नजरेतही धीर राहिला नव्हता. मान खाली घालून ती उभी होती आणि गुरुजी म्हणाले,

“अमृतांजन तर हाय का?”

“न्हाई, उठा आता.”

“का?”

“कुणी बघितलं तर बरं दिसंल?”

त्यांचं डोकं एकदम उतरल्यागत झालं. पण हातांनी कपाळ चोळत ते म्हणाले, “घण घातल्यागत व्हायला लागलंय.”

“व्हायचंच की!”

“अर्धशिसी उठली म्हंजे हुतंय तसं.”

मनात चर्र झालं आणि गुरुजी बघत राहिले. पण तिला काय पान्हा फुटला कुणास ठाऊक! ती एकदम जवळ जाऊन म्हणाली,

“खरंच लई दुकतंय?”

“काय सांगू?”

“मग कलंडा बगू जरा.”

“काय करतीस?”

“जरा शीर दाबतो.”

वळकटीवर मान टेकवून, ते वर बघत राहिले आणि दोन्ही भुवयांवर अंगठे ठेवून ती सावकाश दाबत म्हणाली, "सोसंना झालं म्हंजे सांगा."

"अहाहा, बरं वाटतंय बघ."

"बरं वाटतंय?"

"हूं."

"व्हय."असं म्हणून ती थांबली आणि त्यांनी विचारलं, "काय?"

"ह्याच्यापरास बिऱ्हाड का करत न्हाई?"

"करायचं आता."

"मग का थांबलाय?"

"काय सांगू तुला, चंद्रा!"

"सांगा की."

"अंऽऽइं."

"जरा शीर हलकी पडली?"

"कला हाय बघ तुझ्याजवळ एक!"

"आनि तुमच्याजवळ न्हाई!" असं म्हणून ती हसली. अंगावरनं वाऱ्याची झुळक जावी तसं त्यांना झालं.

होता होता गुरुजींचं जाणं-येणं वाढलं. घसट पडली. देणं-घेणं सुरू झालं. लोकांच्या डोळ्यांवर यायला उशीर लागला नाही. लोक म्हातारीला फितवू लागले. तिच्या डोळ्यांनाही दिसू लागलं. एक दिवस ती गुरुजींना म्हणाली,

"आता बिऱ्हाड करा मास्तर. व्हयं, बायका-पोरांना घेऊन या. परगावात एकटं ऱ्हानं बरं न्हाई."

"खरं हाय, मावशी," असं म्हणून त्यांनीही होकार भरला. दिवाळीला बिऱ्हाड करायचं ठरलं. म्हातारीला बरं वाटलं. बरं वाटणं साहजिक होतं. कारण गुरुजींचा संबंध वाढला होता. त्यांच्या मनात पाप नव्हतं, पण बघणाऱ्याचे डोळे पापी होते. लोक अकारण आळ घेत होते. म्हणून त्यांनी बिऱ्हाड करावं असं तिला वाटत होतं. एकदा त्याचं बिऱ्हाड झालं, म्हणजे असं कोणतं किटाळ यायचं कारण नव्हतं. लोकांच्या तोंडाला आपोआप खीळ बसेल, अशी तिची समजूत होती. यासाठी ती त्यांच्या मागेच लागली आणि दिवाळीची सुट्टी होण्याची वाट बघत बसली. सुट्टी झाली. मास्तर गावी निघून गेले. येताना ते आपले कुटुंब घेऊन येणार होते. म्हातारी त्यांच्या येण्याची वाट बघत बसली होती आणि एक दिवस गुरुजी आले. आपल्या खोलीवर जायच्या आधी ते नामूच्या घराकडं गेले.

म्हातारी काही बोलायच्या आत गुरुजी हुंदके देत म्हणाले, "मावशी देवानं वाईट केलं हो माझं!"

"काय झालं गुरुजी?"

"आता कसा ह्या लेकीचा सांभाळ करू?"

"असं का हो, गुरुजी?"

"मावशी, बायको मेली माझी! कशी जतन करू ह्या लेकीला आता?"

"अरे भगवानाऽऽ" असं म्हणून म्हातारीनं त्या पोरीला जवळ ओढून पोटाशी धरलं आणि मायेनं तोंड कुरवाळत ती म्हणाली,

"काय अवघड वाटून घेऊ नका, गुरुजी. आम्ही न्हाऊमाकू घालू, वेनीफनी करू. आनू ने, तो प्रसंग देवानं आनलाय, काय करायचं?"

म्हातारीच्या गळी पडून मास्तर धाड धाड रडला. चंद्राही रडली आणि त्या दिवसापासनं बापलेकीचं जेवणखाण तिथंच सुरू झालं. ह्या लेकीला घेऊन मास्तर तरी एकटे खोलीवर कसे राहणार? तिची वेणीफणी कोण करणार? म्हातारीनं दोघांनाही जवळ ठेवून घेतलं आणि आपण होऊन विचारलं,

"गुरुजी, कसा झाला तरी आपला घरोबा जुळलाया. तुमीच चंद्राला पदरात घेतली तर?"

गुरुजी म्हणाले, "मीच विचारावं म्हनत होतो, ते तुमच्याकडून आलं!"

"म्हंजे काय हरकत न्हाई न्हवं?"

"काय हरकत?"

"मग कवा तांदूळ टाकायचं ते सांगा."

"त्याचाबी इचार करून ठेवलाय."

"काय सांगा मग?"

"माझी आता चार वर्षं सर्व्हिस झाली. येत्या जूनला ट्रेनिंगची ऑर्डर ईल. ट्रेनिंग झालं की लग्न करायचं."

म्हातारीनं विचारलं, "तवर थांबायचं?"

"मग लग्न करून तरी काय? दोन वर्षं संसार करताच येनार न्हाई. तवर चंद्राला शिकू द्या. तिची सातवी झाली म्हणजे तीही मास्तरीन होईल. मग लग्न करून संसारच करायचा."

गुरुजी हुशार होते. त्यांनी हा विचार म्हातारीच्या गळी बरोबर उतरवला. आपली लेक मास्तरीण होणार, ह्याचं पाणी तिच्या तोंडाला सुटलं आणि तावडे गुरुजी जावयासारखे घरात राहून रोज रात्री नेमानं चंद्राचा अभ्यास करवून घेऊ लागले. चंद्रालाही या अभ्यासाची चटक लागली. रात्री जेवण झालं की अभ्यासाला म्हणून ती वर माडीवर पळायची. गुरुजी कुशीत घेऊन मोठ्यानं म्हणायचे,

"पान वीस, धडा बारा. उघड बघू पुस्तक आता. काय आहे त्यावर? नामाच्या जाती किती? नाम, सर्वनाम, विशेषनाम.. चंद्रा, हे काय?"

ती हळूच म्हणायची, "किती कला अंगात हैतशे!" ते मोठ्यानं म्हणायचे, "कर, अभ्यास कर." मग मध्येच एखादा पाढा मोठ्यानं म्हणून होई, तोवर म्हातारीला झोप लागे. बहुधा झोपण्यापूर्वी ती एकदा खालनं म्हणे, "लई जागू नको गं बाई." त्यावर गुरुजी म्हणत, "मग पास कशी व्हायची ती?"

असा अभ्यास सुरू झाला. एकदा, दोनदा नको ते म्हातारीच्या दृष्टी पडलं, पण त्या दोघांचं लग्नच होणार होतं, तेव्हा तिनं ते तेवढं मनावर घेतलं नाही.

पुढे उन्हाळा गेला आणि जून आला. ट्रेनिंगची ऑर्डर आली नाही. असंच आणखी एक वर्ष गेलं. चंद्राचा अभ्यास चोख होत आला. तिचं ट्रेनिंग पुरं होत आलं आणि गुरुजींचं ट्रेनिंग लांबणीवर पडलं. असंच आणखी एक वर्षं गेलं. म्हातारीला धीर निघेना झाला. तिनं लग्नाचं टुमणं मागे लावलं. ती तरी किती धीर दाखवणार? एकाला दोन वर्षं तिनं जेवायला घातलं होतं. लेकीची वेणीफणी करून त्या मायलेकी दमत होत्या. अखेर आता थारा मिळणं कठीण झालं आणि म्हातारी लग्नाशिवाय बोलू देईना झाली. तसे गुरुजी गुपचूप भागाधिकाऱ्यांना भेटून वशिला लावून आले आणि एक दिवस त्यांची बदली झाली.

बदलीची ऑर्डर आली आणि गुरुजीच म्हातारीला म्हणाले, "आता कसं करायचं मावशी?"

तिला दुसरं काही सुचतच नव्हतं. ती म्हणाली,

"आधी लग्नाचं बगा आनि मग बदलीचं."

"आधी जाऊन हजर होतो आणि मग लग्नाचं बघतो."

"आधी लगीन करा आनि मग हजर व्हा."

घोळ संपेना झाला. एकाला चार दिवस यातच गेले आणि एक दिवस भल्या सकाळी आपल्या लेकीला घेऊन गुरुजी पसार झाले. थेट त्यांनी आपलं आधी स्वत:चं गाव गाठलं. लेकीला आपल्या बायकोच्या स्वाधीन करत ते म्हणाले,

"बघ बघू पोरीला... चांगली सांभाळली का न्हाई? हितल्यापरास चांगली उजळली आणि विश्रांती मिळून तुझी तब्येतबी सुधारली."

लेकीला पोटाशी धरून ती नवऱ्याला म्हणाली,

"कसं सांभाळता हीच काळजी मला होती. बाई, उगंच काळजी करत होते बघा मी."

"मग बिऱ्हाड केलं न्हाई ते बरं झालं का न्हाई?"

"बेस झालं!" असं म्हणून ती बोलली, "अशीच पा-सा वर्षं काढली म्हणजे एक चार एकर जमीन घेता ईल बघा."

"पा-सा का गं? चांगली धा-बारा वर्षं अशी काढतो!"

❐

चौकशी

इंगळी गावाला हायस्कूल निघून चार वर्षं झाली, तरी अजून शाळेचं बस्तान काही नीट बसलं नव्हतं. या चार वर्षांत हेडमास्तरच पाच झाले होते! बाकीची आवक-जावकही अशीच सुरू होती. अर्धमागधी आणि ड्रॉइंग शिक्षकांचं काम तर फिरत्या दवाखान्यासारखं होतं. आठवड्यात चार शाळा करायच्या. शिवाय त्यांचं येणं मोटार मिळण्यावर अवलंबून असायचं. यामुळं सांस्कृतिक तास सोडून बाकीचे तास कधी नीट व्हायचेच नाहीत. अशानं अकरावीचा निकाल कसा लागणार आणि हायस्कूल कसं चालणार, हा घोर गावाला लागला आणि जादा पगार देऊन काही चांगले शिक्षक संस्थेनं या वर्षी मिळवले. पण दोन-तीन महिन्यांतच या शिक्षकांचं आणि इथल्या मुलांचं काही जमेना झालं. इंग्रजी शिकविणारे कट्टी सर जरा कडक होते. त्यांचं तर फार वाकडं आलं. लाडावलेल्या पोरांनी त्यांच्यावर नुसता दात ठेवला नाही, तर उभा दावा धरला! रोज काही ना काही कुरापती सुरू झाल्या आणि शाळा काही नीट चालायचं लक्षण दिसेना झालं. येरे माझ्या मागल्या आणि ताककण्या चांगल्या, असं म्हणण्याची पाळी आली. नको त्या तक्रारी कानांवर येऊ लागल्या. हेडमास्तरांचे केस आधीच पिकले होते, ते आणखी पिकू लागले. काय करावं, हे कळेना झालं आणि आज तर त्यांच्यापुढं एक नवंच ताट वाढून आलं. प्रार्थना होऊन शाळा सुरू झाली आणि कट्टी सर आपला तास घ्यायला वर्गावर न जाता हेडमास्तरांच्या ऑफिसात येऊन एकदम रागानं म्हणाले,

"सर, मी राजीनामा देतोय." असं म्हणून ते गप राहिले नाहीत. खरोखरच त्यांनी खिशातनं राजीनाम्याचा कागद बाहेर काढला आणि तो टेबलावर ठेवून ते उभे राहिले. चकित झालेले हेडमास्तर थोडा वेळ त्यांच्याकडं बघत राहिले आणि मग आपल्या पिकल्या केसातून हाताची बोटं फिरवत ते म्हणाले,

"Please sit down... उभे का?"

कट्टी सर संतापानं लालेलाल झाले होते. त्यांचं अंग सगळं थरथरत होतं. ते

कसेबसे समोरच्या खुर्चीवर बसले आणि हेडमास्तरांनी शांतपणे विचारलं,

"एकदम राजीनामा देण्यासारखं झालं तरी काय?"

"काय झालं?... आणखी काय व्हायचं?" असं विचारून कट्टी सरच म्हणाले,

"असल्या या गावात आणि अशा या शाळेत आपलं जमायचं नाही."

"पण मला कारण तरी सांगाल की नाही?"

"कारण?"असं म्हणून कट्टी सर डोळे रोखून पाहात राहिले आणि असं पाहून झाल्यावर हातातलं पत्र पुढे करून ते बोलले,

"वाचा हे पत्र."

"पत्र?"

"होय. आपल्याच शाळेतल्या एका विद्यार्थ्यानं पाठवलंय."

हे ऐकून त्यांच्या अंगावर काटा उभा राहिला. यापूर्वीही अशी दोन-तीन पत्रं त्यांना वाचायला मिळाली होती. त्यामुळं कोणा विद्यार्थ्याचं पत्र आलंय, हे कळून ते जरा सटपटलेच. हातात पत्र घेऊन त्यांनी विचारलं,

"निनावीच आहे ना?"

"हूं – आपला एक विद्यार्थी, अशी सही आहे."

"केव्हा आलं हे?"

"आजच."

"काही विशेष?..."

"बघा वाचून." यापेक्षा काही अधिक न बोलता कट्टी सर गप्प बसून राहिले आणि हेडमास्तरांनी ते पत्र समोर धरलं. पत्र भयानक होतं! मनातल्या मनात वाचतानाही त्यांना भीती वाटू लागली. त्यात लिहिलं होतं...

'प्रिय कट्टी सर याशी,

आपल्या प्रेमळ विद्यार्थ्याचा साष्टांग नमस्कार.वि.वि. पत्र लिहिण्यास कारण की, तुमी अलीकडे फार भकत चालला आहात. शाळेतल्या मुलींवर तुमी नजर ठेवून आहात. तुमचे बेत आमी सगळे विद्यार्थी वळकून आहो. तुमी काय समजता? मुलींच्या नादाला लागून तुमी मुलांच्यावर दात खाता हे बरं नाही. एका बुक्कीत तुमचे दात पाडू हे समजून असा. यापुढे नीट वागला तर बरे, नाही तर तुमाला पळवून लावू. रोज जैनाच्या सुमनच्या विहिरीत पवायला जाता, ते जाऊ नका. गेला त तुमचा गुडघ्यातनं पाय काडू. याद राकून असा. ही इंगळी आहे! तुमची हाडं काशीला जातील. या परास जास्त काय सांगायला नको. पोरांच्यावर दात खाल्ला तर बगा. तीन दिवसात सुधाराय पायजे, नाहीतर कंबरडं मोडलंच म्हणून समजा. गप आपलं शिकवायचं काम करत चला. बाकीची काय भानगड करायची नाही.

पून्हा आता वाकड्या नजरेनं पोरींच्याकडं बगितलेलं आडळलं, तर खुरप्यानं डोळं काडू हे धेनात ठेवून असावं. बरे असो.

आपला

एक विद्यार्थी

हे पत्र वाचून झालं आणि हेडमास्तर विचार करत बसले. ते काही बोलेनात, हे पाहून कट्टी सरांनीच विचारलं,

"मग काय करता?"

आपल्या कपाळावरचा घाम पुसत हेडमास्तर म्हणाले,

"आपण याची चौकशी करू."

"हा नेहमीचाच आशीर्वाद झाला! त्याचा काही उपयोग नाही."

हेडमास्तरांना हे शब्द झोंबणारे होते, पण ते मुकाट्यानं गिळणं त्यांना भाग होतं. कारण आपली नोकरी टिकावी म्हणून मुलांच्या पुढे सुद्धा ते नेहमी पड खात आले होते. काही गुंड मुलांची तर ते मर्जी सांभाळून होते. पहिल्यापासून त्यांनी धाक घातला असता, तर मुलं या थराला गेली नसती. आता मात्र नाकापेक्षा मोती जड झालं होतं आणि मुलं शिक्षकांच्याच डोक्यावर बसून मिरी वाटू लागली होती! पण आता काही इलाज चालत नव्हता. त्यामुळं काय करावं, हे हेडमास्तरांना कळेना झालं. तरीही ते म्हणाले,

"मी याची चौकशी करतो. तुम्ही वर्गात जा."

"तुम्ही काय चौकशी करणार?"

"कुणी लिहिलंय पाहू."

"कसं पाहणार?"

"सगळ्यांच्या वह्या मागवून घेतो. हस्ताक्षरावरून ताडता येईल."

समोरच्या टेबलावर बोट फिरवत कट्टी सर म्हणाले,

"असेच पाच-सहा दिवस तुम्ही घोळ घालता आणि काही पाहत नाही आणि काही नाही. It's of no use."

ही गोष्ट काही खोटी नव्हती. दोन-तीन वेळा असंच घडलं होतं. त्यामुळं ते निरुत्तर झाले आणि कट्टी सर उठून उभे राहत म्हणाले,

"मी राजीनामा दिला आहे. मला मुक्त करा." एवढं बोलून ते तिथं थांबले नाहीत. ते ऑफीसमधून तडक बाहेर पडले आणि त्यांनी थेट आपली खोली गाठली. दिलेला राजीनामा सुखासुखी परत घ्यायचा नाही, असा त्यांनी निश्चयच केला. 'कशासाठी एवढं लाचार व्हायचं? बाहेर काय कुठं नोकऱ्या मिळत नाहीत?'...असा विचार करत ते पडून राहिले. मन बेचैन झालं. असं वाटणं अगदी साहजिकच होतं. खरोखर त्यांच्या वागण्यात काही दोष नव्हता. धुतल्या तांदळासारखं

त्यांचं चारित्र्य होतं. त्यावरच शिंतोडे उडवल्यावर कोण बेचैन होणार नाही? आणि हेडमास्तरांसारखं मूग गिळून गप बसण्याचं तरी त्यांना काय कारण होतं? ते काही नोकरीतून निवृत्त होऊन साठी ओलांडलेले शिक्षक नव्हते. आहे ती नोकरी कशी सांभाळावी, हा काही त्यांच्यापुढे प्रश्न नव्हता. त्यांना एक सोडून दहा नोकऱ्या मिळाल्या असत्या. आधीच अशा आडवळणी गावी नोकरी करायला ते राजी नव्हते. त्यातून असा अनुभव आल्यावर कोण राहणार? याची नीट चौकशी होऊन मुलांवर जरब बसणार असेल तर ठीक, नाहीतर दिलेला राजीनामा परत न घेता आपण आपलं गाव सोडायचं, असं त्यांनी आपल्या मनात पक्कं करून टाकलं आणि आपल्या खोलीत ते स्वस्थ पडून राहिले. लगेच कोणी भेटायला येईल असं त्यांना वाटलं नव्हतं, पण मधल्या सुटीतच हेडमास्तरखेरीज बाकीचे सगळे शिक्षक त्यांना भेटायला आले आणि आश्चर्य हे, की सगळेच तडकाफडकी राजीनामे देऊन आले होते. कारण असं वरचेवर होणं कुणालाच पसंत नव्हतं आणि असं गप्प बसलं, तर आज ना उद्या याची सगळ्यांनाच झळ लागणार होती, हे कळून चुकलं होतं. मुलं आडदांड होती, गाव अडाणी होतं हे सगळं खरं; पण सारखा असा अकारण त्रास कोण सोसणार? केव्हा ना केव्हा तरी यावर उपाय करणं भाग होतं. अनायसे संधी आली, असं वाटून सगळ्यांनी राजीनामे दिले आणि शाळेपुढे पेच पडला.

मधल्या सुट्टीत राजीनामे देऊन सगळे शिक्षक निघून गेले आणि हेडमास्तरांचं धाबं दणाणलं. आता आधी संस्थाचालकांची भेट घ्यावी, म्हणून ते जिनगोंड पाटलांच्या घरी गेले. त्यांना दारात बघून ढेलजेवर बसलेल्या पाटलांनी त्यांचं स्वागत केलं.

"या मास्तर! दुपारचंच आलाऽऽऽ साळा कुठं सोडून दिली?"

हेडमास्तर काय बोलणार? आधी या जिनगोंड पाटलांना भेटणं त्यांच्या जिवावर येई, त्यात त्यांना काही समजावून सांगणं म्हणजे तर महाकठीण! पाटलांचा धाकच तसा होता आणि ती व्यक्तीही तशी अजब होती. त्यांचं नशीब बलवत्तर होतं आणि म्हणूनच एरंडाच्या झाडालासुद्धा जायफळं लागत होती. त्यांना पानमळ्यानं वर काढलं होतं. गेल्या दहा-बारा वर्षांत अफाट पैका कमावला होता आणि आपल्यापेक्षा कुणी शहाणं माणूस या जगात आहे, हे त्यांना मंजूर नव्हतं. गावही त्यांना तसंच भेटलं होतं. पाटील म्हणतील ते सई! अशा या जिनगोंड पाटलांनीच हायस्कूल काढलं होतं आणि सगळी सूत्रं त्यांच्याच हातात होती. तेव्हा त्यांना भेटून हे सगळं त्यांच्या कानांवर घालणं हेडमास्तरांना भाग होतं, पण कसं सांगावं कळत नव्हतं. काही बोलायला म्हणून तोंड उघडलं आणि त्यांनी आपल्यालाच आडवं लावलं, तर काय करावं? त्यांना असा घोर लागला होता आणि पाटलांनीच विचारलं,

"सुतकात असल्यागत गपच का बसलाय, मास्तर?" बोलायला म्हणून त्यांनी मान वर केली, पण त्यांच्या तोंडाकडं बघूनच मास्तरांची जीभ चाचरली. आपल्या पिकल्या केसांत बोटं फिरवत ते म्हणाले,

"मुद्दाम आलो होतो जरा..."

"जरा आणि का? बोला की मग..."

पाटलांच्या बोलण्यानं त्यांना थोडा धीर आला. त्यांनी सांगायला सुरुवात केली,

"आपले कट्टी सर..."

"बरं, त्यांचं काय झालं?"

"त्यांना आज एक पत्र आलं..."

"घरचं?"

"नाही एका विद्यार्थ्यानंच कुणी लिहिलंय."

"मग?"

हेडमास्तरांनी हळूहळू सगळा उलगडा केला आणि जिनगोंड पाटलांच्या अंगाचा नुसता तिळपापड झाला. बसल्या बसल्या ते दात-ओठ खाऊ लागले आणि मिशीला पीळ भरत म्हणाले,

"मास्तर, तुमीच ढिलं गावलंय! अशीच शाळा चालवायची?"

काही उत्तर न देता हेडमास्तर गप्पच बसून राहिले, तसं पाटलांनी पुन्हा विचारलं,

"तुमचा दरारा हाय पोरांच्यावर?" बोलणं भाग होतं, पण काय बोलावं हे कळत नव्हतं. ते कसेबसे म्हणाले,

"त्यांना अजून वळण नाही. हळूहळू शिस्त लावता येईल."

"कशाची शिस्त लावता मास्तर तुमी?" असं धुडकावून पाटीलच म्हणाले,

"तुमच्यासारखी गोगलगाय ह्या रेड्यास्नी काय शिस्त लावणार? मऊ गावल्यावर कोपरानं खनायचीच की ती!"

पाटील भडकले होते. तेलाच्या टाकीलाच आग लागल्यागत झालं होतं आणि त्याची झळ जवळ बसलेल्या हेडमास्तरांना लागत होती. मास्तर मऊ होते. पाटलांनी त्यांची गय केली नाही. ही कणीक तावडीत सापडली आणि पहिल्या रागाच्या भरात त्यांनी ती चांगली तिंबून काढली. बोलून बोलून त्यांचा राग ओसरल्यागत झाला आणि मग त्यांनी विचारलं,

"बरं, मग आता फुडं कसं करायचं म्हंता?"

"चौकशी करायला पाहिजे."

"तुमी काय दगडाची चौकशी करता!" असं म्हणून ते म्हणाले,

"असं करा!"

"कसं?"

"उद्या मी साळंत येतो. सगळ्या मास्तरास्नी हजर ठेवा. कुनी असलं टपाल लिवलंय ते बघू आनि चांगलं झाडू. जावा तुमी."

...सकाळी अकराला शाळेची घंटा झाली आणि गाव सगळं शाळेत गोळा झालं. चौकशीच्या त्या कामाला जिनगोंड पाटील एकटे आले नव्हते. आख्खी इंगळी लोटली होती. झगडे, लगडे ही व्यापारी मंडळी होती. चौगली, जगदाळे हे आटालेदार शेतकरीही गोळा झाले होते. ग्रामपंचायतीचे सभासद लोकही आले होते. गावातले एक डॉक्टरही हजर होते. वस्तीतला उपाध्ये आला होता, तसाच रोज सकाळी बेल वाटणारा चन्नय्या जंगमही होता. नासका गूळ आंबत घालून रोज दारूची भट्टी लावणारा सिद्राम हिंगमिरे तर अच्छेर दारू पिऊन आला होता! आपल्या बोडलेल्या मिशीवर ताव मारतच तो झोकांड्या खात उभा होता. असं सगळं गाव लोटलं होतं आणि जाहीर चौकशीला सुरुवात होणार होती. खुर्च्या कुठं मांडाव्यात आणि ही सगळी माणसं कशी बसवावीत, याचाच खल चालू होता, तोवर पाटलांनी हेडमास्तराकडं बघत म्हटलं,

"काय कुचूकुचू बोलाय लागलाय तुमी?"

"व्यवस्थेचंच चाललंय."

"काय लग्नाचा मांडव घालायचा हाय काय? चार खुर्च्या ठेवा आणि पोरं गोळा करा की."

"तेच चाललंय."

पाटलांना कड निघत नव्हता. केव्हा मुलांची तोंड बघीन आणि शिव्या हासडीन, असं त्यांना झालं होतं. दम निघत नव्हता. ते हेडमास्तरांना म्हणाले,

"आवरा, आवरा लवकर. कामं सोडून लोक आल्यात. गोळा करा पोरं."

"सभा कुठं घ्यावी हाच प्रश्न आहे."

"पैस पटांगणात बोलवा."

हेडमास्तर म्हणाले,

"पण तिथं ऊन लागेल."

"मग लागू द्या की! काय च्या प्यायला बोलवायचं हाय काय त्यास्नी?"

तोवर ड्रिलमास्तरांनी शंका काढली,

"अजून प्रार्थना झाली नाही."

पाटील म्हणाले,

"प्रार्थना रडू द्या तुमची! आधी पोरं पटांगणात गोळा करा... हात जोडून प्रार्थनाच म्हणायला लावणार हाय त्यास्नी! मास्तर, मारा शिट्टी."

मास्तरांनी शिट्टी मारली. वर्गात कोंडलेली मेंढरं सगळी बाहेर पडली. दुपारचं ऊन वरनं तावत होतं. अशा या उनात पोरं पटांगणात बसून राहिली. एका बाजूला भिंतीची जरा सावली होती. त्या सावलीत पंधरा-सोळा खुर्च्या मांडल्या. एक टेबल ठेवलं. पाटील मध्यभागी बसले. त्यांच्या दोन्ही बाजूला गावकऱ्यांनी खुर्च्या अडवल्या. शिक्षक सगळे एका रांकेत त्या भिंतीला लागून उभेच राहिले आणि काही प्रास्ताविक बोलावं म्हणून हेडमास्तर टेबलाकडं गेले, तसे पाटील म्हणाले,

"तुमी काय बोलू नका.. गप एका बाजूला बसा तुमी मास्तर. आता मी हाय, हे पालक हैत आणि ही पोरं हैत. आमी आमचं बघून घेतो!" असं म्हणून जिनगोंडा पाटलांनी सभेची सगळी सूत्रं हातात घेतली. हेडमास्तरही गप त्या रांगेत एका कडेला लांब उभे राहिले आणि सभा सुरू झाली. टेबलावर हाताची बुक्की मारून पाटलांनी आपल्या भाषणाला सुरुवात केली –

"मान्नीय हेडमास्तर साएब, शिक्षक बंदू आणि हितं गोळा झालेले समस्त नागरिक आणि विद्यार्ती बंदू-भगिनींनो! आज आपून हितं गोळा झालोय ते का? काय कारान?" असं म्हणून त्यांनी आपली नजर चौफेर फिरवली. जरा खाकरा काढला. एकदा एका अंगाची मिशी पिरगळली आणि पुढं बोलायला सुरुवात केली.

"आपल्या इंगळी गावाचं हे हायस्कूल काढून चार वर्षं झाली. ते कुणा साटणी काढलं? गावच्या पोराबाळासाटणी. रोज तंगड्या तोडत पाच-सा मैल दुसऱ्या गावाला जायला नको, म्हनून आमी सोय करायला गेलो. भारोभार पैसा वतला. ही शाळा काढली, पर चार वर्षांत चार तऱ्हा झाल्या. मास्तर टिकत न्हाईत आणि पोरं शिकत न्हाईत. तुमी हितं शिकाय येता का आणि कशाला रं?" असं विचारून आणि यवढी प्रस्तावना करून त्यांनी मूळ मुद्याला हात घातला,

"तुमाला लेकानू शाळेची सोय झाली म्हणून अशी अक्काबाई आठवाय लागलीया व्हय? आज रोजी ह्या सगळ्या मास्तरांनी राजीनामा दिलाय. मधीच शाळा सोडून ते निघून गेलं, तर काय शिकनार तुमी? शाळा झाडायचं तर काम ईल का तुमाला लेकानू? ऐन येळंला कुठलं मास्तर धरून आनायचं? मास्तर काय असं वाटंवर पडल्यात? काय आमच्या बांधाच्या झाडाला लागल्यात?" असे एकेक प्रश्न विचारून ते मारक्या बैलागत बघत राहिले. एका रांगेत उभे राहिलेले शिक्षकही सगळे हादरले. पोरं उन्हात तळपत होती. समोर तोंडाकडं बघत ती गपच बसून राहिली. जरा विसावा घेऊन पाटलांनी पुन्हा हजेरी घ्यायला सुरुवात केली,

"तुमी शिकणारी पोरं न्हाई, ढोरं हैसा ढोरं! नको ते तुमाला आठवाय लागलाय. तुमच्या आईबांनी तुमाला शाळेत घातलंय, का लांडा कारभार करायला हितं आणून सोडलंय? शाळेत येताना पाटीदप्तर घेऊन येता का न्हाव्याची धोपटी रं? काय उद्योग चालल्याला असतोय तुमचा हितं?" असं विचारून त्यांनी

आपल्या कोटाच्या खिशातनं चंची काढावी, तसं ते पत्र काढलं आणि ते सगळ्यांना दाखवत ते म्हणाले,

"काल हे पत्र कट्टीमास्तरांना आलंय. कुनी भाद्दरानं घातलंय हे? कोन असंल त्यानं उठून उभा राहून सांगावं." असं म्हणून ते थांबले आणि खुर्चीत बसलेले झगडे म्हणाले,

"असं कोन कबूल होनार पाटील?"

"असली हिम्मत तर हुबा ऱ्हाईल. न्हाई तर त्यो खऱ्या आई-बाचा नसंल! बघू कोन ऱ्हातंय...?"

कोण उभा राहणार? अशी हिंमत दाखवायला कोणी तयार झालं नाही आणि नागरिकांपैकी एकानं म्हटलं,

"काय लिवलंय ते वाचून तर दावा?"

मग पाटलांनी हेडमास्तरांना हाक मारून म्हटलं,

"मास्तर, दावा वाचून!"

कट्टी सरांच्या अंगावर काटा उभा राहिला आणि हेडमास्तरांनी त्या पत्राचं जाहीर वाचन केलं. ते ऐकून सिद्राम हिंगमिरे झोकांड्या खातच टेबलाजवळ गेला आणि कुणाची परवानगी न घेता बोलू लागला.

"खुरप्यानं डोळं काढनार कोन वाघ हाय त्यो? गुरुजीस्नी असं टपाल घालायचं असतं? कशी ईद्या ईल रे लेकानू तुमाला! हितं येऊन शाळा शिकता, का दारू पिऊन धिंगाना घालत असता? लवकर कबूल करा कुनी असं लिवलंय ते, न्हाईतर एकेकाला टांगा घालून मारू..." सिद्राम हवेत हातवारे करत राहिला, तसं पाटलांनी त्याला शांत करत म्हटलं,

"तू गप सिद्राम!"

"काय गप? काय तरी हातात घेऊन हाना की लोकास्नी!"

"ते बघतो गा. तू लांब जाऊन गप बस बघू."

बळजबरीनं त्याला त्यांनी बाजूला नेऊन बसवलं. तोवर जगदाळे उठला. एक हात वर करून आपल्या जागेपासनंच बोलू लागला,

"कोन शाना असं टपाल घालनार बाबा! एकेकाला उठवून विचारा पाटील!" आणि असं म्हणून त्यानंच एका पोराला म्हटलं,

"ऊठ बाळासाब, सांग बघू."

पाटलांचा बाळासाहेब उठून उभा राहात म्हणाला,

"मला काय ठाऊक न्हाई."

"मग कुणाला ठाऊक हाय?"

"मला काय दक्कल!"

"मग कुणाला दक्कल रं?"

"मी काय सांगू?"

"मग कोन सांगनार?" असं विचारून जगदाळे म्हणाला,

"काय माजूरी हैसारं हे तुम्ही!"

त्यांचा नाद सोडून जगदाळे खाली बसला आणि पाटलांनी एकेका पोराला उठवून विचारायला सुरुवात केली. कोणच सांगायला तयार नव्हतं. तसे पाटील बोलले,

"आताच कबूल करा. एक डाव माफी करू. आमी हुडकून काढल्याशिवाय ऱ्हाणार नाही, मग मात्र त्याची हाडं मऊ होतील! रगात वकाय लावू!"

काही धाकदपटशा दाखवला, तरी त्यांचा उपयोग होईना आणि चौकशी कशी करावी हे कळेना. सभा अशी तीन तास उनात चालू होती. पोरांचा खवडा झाला होता. शिक्षक उभे राहून भेंडाळले होते. अखेर त्यांची दया येऊन पाटील म्हणाले,

"चिमनीगत तोंड करून मास्तर उभा ऱ्हायल्यात. त्यांच्या तोंडाकडं बघून तरी सांगा लेकानू. असलं मास्तर मिळतील तर का तुम्हाला?" असं त्यांनी विचारलं आणि सभेला निराळं वळण लागलं. जो तो उठून त्यांचं गुणगान करू लागला. झगडे उठले आणि सांगू लागले,

"लेकानू, तीन-तीन म्हैने मास्तराचं पगार होत न्हईत, तरी तक्रार न करता बिचारे तुमाला शिकवत्यात. पगार न होता कसं दिवस काढत असतील ते, ह्याचा विचार हाय तुम्हाला? गुदस्ता पवार मास्तरांची बायकू बाळंत झाली, तर तूप खायला त्यांच्याजवळ पैसा नव्हता. चार ठीकानी त्यास्नी भीक मागायची पाळी आली, पर असं असलं तरी ते शिकवत होतं का न्हाई तुमास्नी?"

झगड्यांचं सांगून व्हायच्या आत लगडे उभे राहून बोलू लागले,

"ह्या पावसाळ्यात तुमच्या व्ही.के. सरांना खायला जुंधळा न्हवता. मागची बाकी भागीवल्याशिवाय दुकानदार उधार देत नव्हते. डोळ्यांत पानी आनून माझ्याकडे आले. मी कुनाला सांगितलं न्हाई पर आज सांगतो. एक मनभर जुंधळा मी दिला म्हनून आजवर त्यांनी कड गाठली. ह्या असल्या म्हागाईनं काय पगार पुरतोय त्यांचा? त्यात वेळेवर पगार होत न्हाईत. अशा तऱ्हेनं ते दिवस काढाया लागल्यात आनि तुम्ही असं वागता?" झगड्यांनी असा प्रश्न केला आणि कापड दुकानदार गुजर उठून म्हणाला,

"ह्या सगळ्या मास्तरांची खाती माझ्या दुकानात हैत. गेल्या वैशाखातली गोष्ट सांगतो. आपलं आंबनकर गुरुजी! ते तरी काय करनार? बिचाऱ्याला न्हात्या धुत्या चार लेकी पदरात हैती. त्यांच्या अंगावर लुगडी नकोत? एकदम चार दोनी आठ नग घ्यायचं! काय घेत्यात हो! त्यांचं मन कचवचाय लागलं. मी उधार दिली.

त्यात एका लेकीचं लगीन ठरलं. झाली का बैदा! मी पाठीवर न्हायलो.''

आंबणकर सर खाली मान घालून उभे राहिले होते. त्यांना हे ऐकून घाम फुटला. कुजबूज सुरू झाली आणि जिनगोंडा पाटील त्यांना धीर देत म्हणाले,

''तुमी वाईट वाटून घेऊ नका मास्तर! ह्या पोरांचं बघून घेतो आम्ही! त्यांची हाडं मोडून तुमच्या घरातल्या खुंटीला अडकवितो बघा!''असं म्हणून त्यांनीही गुणगान गायला सुरुवात केली.

''लेकानू, काय तऱ्हेनं मास्तर दिवस काडाय लागल्यात आणि तुमी असं कराय लागलाय? हे कट्टी सर,'' असं म्हणून त्यांनी हात त्यांच्याकडं केला आणि बोटानं दाखवत सांगू लागले,

''बघा त्यांच्याकडं. कावळ्याचं पितर आनि बरं! अशा मानसाला रोज घागर खांद्यावर घेऊन नदीचं पानी आनावं लागतं. शार गावात असते, तर नळाचं पानी पीत गप बसले नसते? हितं हातानं जेवन करून खात्यात. त्यांच्यासारख्यानं जेवन करायचं, भांडी घासायची आणि चुलीफुडं बसून सैपाक करायचा हे बरं दिसतं? पर आपल्यासाठी ते हे सगळं हाल सोसाय लागल्यात. अरं, रोज सकाळी उठून चूल फुंकायचं काय काम व्हय त्यांचं?'' पाटलांनी असं विचारलं आणि एक हुंदका देऊन कट्टी सर गचके देत म्हणाले,

''Stop it, please stop it.''

''का, काय झालं हो?''

''मी हात जोडून विनंती करतो, पाटील! ही चौकशी बंद करा.'' खरोखरच हात जोडून ते उभे राहिले आणि हात वर करून पाटील म्हणाले,

''तुमी रडू नका, कट्टीगुरुजी! मी हाय, तुमी का घाबरता? एकेकाची हड्डीच मऊ करतो बघा.''

कट्टी सर कसेबसे म्हणाले,

''हे सहन होत नाही.''

पाटील बोलले,

''आमी तर का सहन करू? पर जरा कळ सोसा.''

''नको ही चौकशी!''

''अहो,असं कसं होईल? हे हातात घेतलंय तर ते पुरंच करणार!''

त्यांना कसं सांगावं, हे कुणाला कळेना झालं आणि चौकशी पुढे सुरूच झाली. शिक्षक तरी किती सहन करणार? तीन-चार जण एकदम पुढे झाले आणि एकानं धीर धरून सांगितलं,

''कृपा करून हे बंद करा.''

''का हो?''

"तुम्ही चौकशी करताय खरं, पण अब्रू चाललीय!"

"तुमची?"

"होय."

हे ऐकून पाटील भडकले. ते रागाने म्हणाले,

"तुमाला नको असली चौकशी तर ऱ्हायली. आमच्या बाचं काय जातंय!"

"असं नव्हे..."

"काय तसं नव्हे?" असं विचारून तेच म्हणाले,

"ह्यो बरा हाय की न्याय! तुमच्या अब्रूला जपावं म्हनून आमी सगळे गोळा होऊन आलो, तर तुमचाच आनि एक पावशेर आमच्यावर ठेवता व्हय? आमचं तरी काय नडलंय? ही पोरं हैत, ही शाळा हाय आनि तुमी हाय. काय गोंधळ घालायचा त्यो घाला! सगळंच खड्ड्यात जाऊन मरनासा का... आमचं काय जातंय?" असं म्हणून ते ताडकन उठून उभे राहिले आणि खच्चून ओरडून म्हणाले,

"जावा रं पोरानू. तुमाला कसं समजंल तसं वागा. सभा मोडली!"

आणि एका पोरानं पुढं येऊन विचारलं,

"वंदे मातरम म्हनायचं का?"

❒

जागर

बक्कळ रात्र झाली तसे अंगणात बसलेले चार लोकंही उठून गेले. भुईचं घोंगडं घेऊन तुकारामही घरात आला. लोकं गप्पा छाटत बसले होते तोवर त्याला आधार वाटत होता. लोक उठून गेले आणि भित्र्या तुकारामाला कुणाची सोबत उरली नाही असं झालं. गावात चोऱ्या सुरू झाल्यापासनं भल्याभल्याची पाचावर धारण बसली होती. मग तुकारामाची कथा काय विचारावी? आपल्याच सावलीला भिणारा माणूस! बोलत बसलेले लोक उठून गेले आणि तुकारामाच्या पोटात गोळा उठल्यागत झाला. त्यात आवस जवळ आली होती. अंधार काळामिट्ट दिसत होता. तो अंधार बघूनच भय वाटत होतं! घरात आलेल्या तुकारामानं आधी दार बंद केलं. कडी घातली. तीत एक लोखंडी खिळा अडकवला आणि माजघरात जाऊन गडद झोपलेल्या बायकोला जागं करत म्हणाला, "व्हय एऽऽ! जागी झालीस का?"

हडबडून जागी होत तिनं विचारलं, "काय हो? मी जागीच हाय की!"

"बरं ते असू द्या खरं! आधी हे सांग –"

"काय हो?"

"परड्याचं दार नीट बंद केलंया काय?"

अंगावरच्या पदरानं तोंडावरचा घाम पुशीत ती म्हणाली, "बाई गंऽऽ! मला घाम फुटला बगा!"

"त्यो फुटू द्या खरं. मी काय विचारतोय ते आधी सांग."

"काय सांगू हो?"

"अगं, दार बंद केलंया का नीट?"

"परड्याचं?"

"तर मग आनि कोंचं?"

चांगली जागी होत डोळे उघडून ती म्हणाली, "केलंय की, आडना घालून दाराला चांगला आनि पाटा-वरवंटा लावून ठेवलाय."

“ठेवलाय नव्हं?”

“व्हयं.” आणि असं म्हणून तिनं विचारलं, “लोक गेलं व्हयं सगळं उठून?”

“मग काय रास्सारी तुझं घर राखत बसून ऱ्हातील? कुणाच्या बाचं नोकर हैत व्हय ते?”

“ते झालं खरं.” असं म्हणून ती बोलली, “मग आता पडा गप.”

“गप काय पडतीस?”

“तर मग काय करायचं?”

काय करायचं हे न सांगता तुकाराम गप्पच राहिला. एक सोडून दहा विचार त्याच्या मनात येऊ लागले. दिवसच तसे आले होते! लागोपाठ चार दिवस गावात चोऱ्या होत होत्या. चोरीला जायचं ते जायचं आणि वर मारही बसायचा. कुणाची कानासकट भिकबाळी चोरांनी नेली होती, तर कुणाची डोकी फोडली होती. अशी गावात हवा पसरली होती आणि तुकारामाच्या पोटात गोळा उठला होता. उठणारच! कारण माणूस खाऊनपिऊन सुखी होता. जरा पैसाअडका राखून होता. बायकोच्या अंगावर चार दागदागिने होते. आली धाड तर काय करा?.... जीव सुचत नसलेला तुकाराम न बोलता खाटावर बसून राहिला. बायकोनंच पुन्हा विचारलं,

“बसून काय करायचं म्हनता?”

“तेच इचारतोय!”

ती तरी काय सांगणार? पण तीच म्हणाली, “हो, तर रास्सारी जागत बसू या.”

“अगं जागं ऱ्हाऊन काय फायदा? गुंडाप्पा जागतच बसला हुता म्हनं. पर आसपासच्या घरास्नी कड्या लावून येत्यात. तुमी जागं हाय म्हनून ते काय भितात व्हय?”

“आनि मग हो?”

“मग काय?”

“असं न्हवंऽऽ!” असं म्हणून ती बोलली, “अहो, मग कुनालातरी सोबतीला तर बोलवू या.”

“आपल्या घरची राखन करायची सोडून तुझ्या सोबतीला कोन ईल? खुळे!” असं म्हणून तो म्हणाला, “झाडून सगळी म्हारं सावकाराच्या आणि पाटलाच्या घराला झोपायला जात्यात. रोज एक दर पडाय लागलाय!”

“म्हंजे?”

“अगं, रोजानं झोपाय जात्यात. आज काय मानसी पाच रुपये भाव झालाय म्हन!”

“आनि हो?”

"आनि च्या पानी व्हय न्हवं हे निराळंच!"

"बघितलासा का?"

"बघतीस आनि काय? असं रोजानं गडी सांगून आपल्याला किती दिवस परवडंल?"

"तेबी खरंच की."

एवढ्या वेळात तुकारामाला एक विचार सुचला. अडचण झाली, म्हणजे माणूस काही तरी विचार करतोच. मनात आलं आणि तो बोलला,

"तुझ्या हातातल्या पाटल्या-बिलवर काढ."

"आनि!"

"दागिनं कुठंतरी पुरून ठेवू."

"कुठं पुरायचं?"

"भाईर जाऊन त्याला मातीत घालायचं न्हाई, घरातच पुरायचं."

"अहो, मग कावता का असं?"

"काहीतरी इचारत बसतीस आणि मग काय करू तर?" असं म्हणून तो म्हणाला,

"काढ की बाई अंगावरचं दागिनं आता तर!"

"अहो, जागा तर तयार करा की तुम्ही."

तो म्हणाला, "जागा तयार हाय, चल सैपाकघरात."

"तिथं कुठं?"

"अगं, एका डब्यात घालू आणि डबा चुलीत ठेवून देऊ. नुसती राख वडली म्हंजे झालं!

"ही इगत बरी काढली हं का!" असं म्हणून तिनं हातातल्या बिलवर, पाटल्या काढल्या, गळ्यातला एकसर काढला, टिक्का काढला आणि म्हणाली, "चला!"

रोखून बघत तो म्हणाला, "खुळे! बोटातली अंगठी काढ. कानासकट भिकबाळी न्हेत्यात, बोटासकट अंगठी न्हेतील!"

मग तिनं बोटातली अंगठी काढली. कानातल्या कुड्याही काढल्या. ट्रंकेत दोन डाग होते तेही काढून हे सगळे दागिने एका डब्यात भरले आणि डबा चुलीत ठेवून त्यावर राख ओढली. राख ओढून झाली आणि चुलीकडे पाहत तो म्हणाला,

"काय येतंय का ओळखून?"

"काय ओळीकनार? चुलीकडं बघायचं कारान काय?"

"हंगाऽऽशी!" असं म्हणून तो बोलला, "अगं, लई झालं तर टरंका उचकटतील."

"व्हय." असं म्हणून तीही बोलली, "लई तर उतरंडीत हात घालून बघतील."

"मग चल तर आता. पड चल."

"चला, पडा चला."

दोघंही माजघरात आली. ती पोरांजवळ खाली झोपली. तो खाटावरच्या गादीवर पडला. ती सूचना देत म्हणाली, "जरा हुशारीनंच झोपा हं!"

"मी हुशारीनंच झोपतो. पर तुला काय चाहूल लागली तर मला उठीव." तीही म्हणाली, "आनि तुमाला काय तसं वाटलं तर मला जागं करा."

"ते कशाला?" असं विचारून तो बोलला, "अंऽऽ? तुला कशाला जागं करू गं? 'चोर आल्यात. ऊठ! त्यास्नी हातपाय धुवायला पानी दे' म्हनू व्हय?"

तो असं तडकल्यावर ती गप्पच राहिली. आज त्याचं मन ठिकाणावर नव्हतं. एवढ्यातेवढ्यावरून त्याचं डोकं सरकत होतं, त्याला तो तरी काय करणार आणि ती तरी काय करणार? न बोलता दोघंही पडून राहिली. आधीच डोळे तारवटल्यागत झाले होते. बोलणं बंद झालं आणि मग डोळेही मिटून गेले. दोघांनाही गडद झोप लागली...

बारावर दोनचा टाईम झाला असेल नसेल, एवढ्यात बाहेर कुत्री भुंकू लागली. कुत्र्यांनी कालवा केला, तसा तुकाराम हडबडून जागा झाला. घाईघाईनं उठून त्यानं आधी बायकोला जागं केलं. दंडाला धरून तिला हलवत तो म्हणाला,

"अगं, ऊठ ऊठ!"

चटशिरी उठून बसत ती म्हणाली, "का हो?"

"भाईर कुत्री भुंकाय लागल्यात."

"व्हय की हो!"

कुत्र्याचा आवाज ऐकून ती बाई लटपटली. तिच्या हाता-पायातनं एकाएकी वारं गेल्यागत झालं आणि तोंडातनं शब्द बाहेर येईना झाला. अंग सारं लटलट कापू लागलं. तिला उठवेना झालं आणि काय करावं हे सुधारेना झालं. खुळ्या कावऱ्यागत ती नवऱ्याच्या तोंडाकडेच बघत राहिली. धडकीच बसली आणि मग काय करणार? धीर देत तुकारामच बोलला,

"घाबरू नको. बघू तर काय हाय, काय न्हाई."

"अहो काय बघता? आपल्या दाराफुडंच कुत्री भुंकाय लागल्यात न्हवं?"

"अगं दुसऱ्या कशाची तरी चाहूल लागली असंल."

येवढ्यात बाहेरून पावलांचा आवाज कानावर येऊ लागला. ती ठाव सोडून कशीबशी म्हणाली, 'ऐका!भाईर पावलांचा आवाज हुतोय हो!"

दोघंही कान देऊन ऐकू लागली. आठ-दहा लोकांची झुंडच्या झुंड चालत आल्यागत झाली. दोघांचीही गाळण उडाली. कापऱ्या आवाजात तो बोलला, "अगं, खंदील तर मोठा कर."

"कशाला?"

"आत्तायच्याऽऽ! अगं, खंदील मोठा कर जरा. घरात उजेड तर दिसू द्या.'

लांब हात करून कशीबशी तिनं वात चढवली आणि नेमका एका कुत्र्याच्या अंगावर बद्‌कन धोंडा पडल्याचा आवाज ऐकू आला. कँव कँव करून एक कुत्रं ओरडलं आणि आवाज न काढता बाकीची कुत्री गल्लीबोळात पसार झाली. त्यांच्या पळण्याचा आवाजही कानावर आला आणि लटलट अंगं कापू लागलं. एवढा पुरुषमाणूस, पण तुकारामही लटपटला. बाईनं तर धीरच सोडला. दोन्ही लहान पोरं उराशी धरून तिनं एक कोपरा गाठला आणि तिथनंच म्हणाली, "आता काय करायचं हो?"

"थांब, आधी कानोसा घेतो."

"आता आनि काय कानोसा घेता?"

"अगं दारातनं बघतो की भाईर."

"दार उघडशिला."

"काय खुळी हैस काय?"

"थांबा."

"काय?" असं विचारून तो बघत राहिला.

हळू आवाजात ती बोलली, "तोंडावर हात घेऊन दंगा तर करू या काय?"

"आनि शाने, कोन नसलं म्हंजे?"

"मग बघा तर दाराच्या फटीतनं आणि असं करा, आधी हातात काय तरी घ्या बघू."

"अगं, ही काय हातात भाल्याची काठी घेतलीया. दिसंना व्हय?" असं म्हणून चोरपावलांनी तो बाहेर सोप्यावर गेला आणि दाराच्या फटीतनं बाहेर बघत राहिला. अंधारात नीट दिसत नव्हतं, पण बराच वेळ फटीला डोळा लावून उभा राहिल्यावर दिसू लागलं. मघाशी पांगलेली कुत्री पुन्हा येऊन रस्त्यावर उभी राहिली होती. माणूसकाणूस कोणी काही दिसत नव्हतं. तुकारामाला जरा धीर आला. मागं वळून बायकोकडे येत तो म्हणाला, "काय घाबरायचं कारान न्हाई!"

"ते कसं हो?"

"तशी कुनाची चाहूल लागली असती, तर कुत्री गप ऱ्हायली असती का?"

"ती कशी गप बसतील?"

"मग बघ भाईर रस्त्यावर उभी हैत का न्हाई?"

"धोंडा टाकल्यावर मघाशी पळाली वती की!"

तो धीर देत म्हणाला, "पर आनि गोळा झाल्यात की! हो तर फुडं होऊन बघ फटीतनं. बघ की तुझ्या डोळ्यांनं." एवढं सांगितल्यावर ती बाई जागची हलली. तिला जरा धीर आला. अंगासंग बिलगून घेतलेली पोरं तिनं पुन्हा अंथरुणावर

झोपवली आणि स्वत:च्या डोळ्यांनी बघायला बाहेरच्या सोप्यावर जाऊन तिनं दाराच्या फटीला तोंड लावलं. जरा बघितल्यागत करून म्हणाली, "कुटं काय दिसतंय?"

"भाईर काय बत्ती लावून ठेवल्याली न्हाई. जरा नीट बघ."

नीट बघितल्यावर तिलाही दिसू लागलं. आनंद वाटून ती म्हणाली, "हाऽऽ! व्हय की हो! कुत्री उभी हैत बगा!"

"हैत का न्हाईत?"

"तर हो!" ती म्हणाली, "मघाशी त्यांनी कालवा केला तसं पळालं असतील बघा. त्यांच्यामुळंच संकट टळलं बगा!"

"धाड आलतीच गं! चांगली पावलं ऐकू आली तर!"

तीही म्हणाली, "ऐकू आनि कसली म्हनता? बंड आल्यागत घरावर चालूनच आलतं हो ते! ह्या कुत्र्यांनीच पळीवलं बघा!"

"कुत्री जागी झाली आणि घरात उजेडबी दिसला ग."

"तर हो! तुम्ही बोलल्याबरुबर खंदील मोठा केला की मी."

"मला बी लगोलग कसं सुचलं बघ की!"

"येळच बरी हो!"

"तर!" तो बोलला, "अगं बरं तर बरं, न्हाईतर काय दशा झाली असती ह्या टायमाला?"

"काय सांगता येतंया?" असं म्हणून ती त्याच्या तोंडाकडं बघत राहिली. तो म्हणाला, "अगं तऱ्हातऱ्हा झाली असती!"

एवढ्यात पुन्हा कुत्री भुंकू लागली, तशी तुकारामाची हबेलहंडी उडाली. बायको तर आतच पळाली. तिनं लगेच आपली दोन्ही पोरं जवळ घेतली आणि माजघराचा कोपरा धरून ती उभी राहिली. तुकाराम बाहेर सोप्यावर होता, पण त्याला फटीतनं बाहेर बघण्याचा काही धीर होत नव्हता. कुत्री जोरानं भुंकू लागली, तसे त्याचे हातपाय लटपटू लागले. एक आवंढा गिळून तो बायकोला म्हणाला -

"अगं खंदील मोठा कर! ... खंदील मोठा कर."

"अहो मोठाच केलाय की!"

तो डाफरून बोलला, "आनि जरा वात चढवायला तुझ्या बाचं काय जातंय?"

"आनि वात चढवू?"

"व्हय, चढीव! जरा उजेड पडू द्या!"

घाईघाईत त्या बाईनं आधीच मोठ्या केलेल्या कंदिलाची वात पुन्हा चढवली. तसा काचेच्या कोक्यात एकदम जाळ झाल्यागत झाला. हाताच्या धक्क्यानं कंदिलाला हेलकावाही बसला आणि भक्कन आवाज होऊन गप्पकन कंदीलच

विझला. उजेड गेला आणि अंधार पसरला, तसा तुकाराम लगबगीनं आत येत म्हणाला,

"काय झालं गं?"

"वात चढवायला गेले आनि खंदीलच विझला की हो!"

"शाने! आधी घोडा वर कर. काडी लावतो."

गडबडीनं तिनं कंदिलाचा घोडा वर केला आणि ती म्हणाली, "वडा की काडी."

त्यानं काडी ओढून कंदिलाजवळ नेली आणि रागानं बघत तो म्हणाला, "दीडशाने! हे काय केलंस?"

"अहो घोडा वर केलाय न्हवं? आनि काय करू?"

तो रागानं बोलला, "आता हत्ती वर कर!"

"म्हंजे? असं का हो?"

"अगं शाने! खंदिलात वात कुठं हाय?"

"नसायला काय झाली?"

"तेलाच्या टाकीत पडली असंल!"

"ते कशी हो?"

"आपुन हिरीला आंघोळीला जात न्हाई? तशी गं!"

"असं का बोलता?"

"तर मग आता जवळ घेऊन चांगलं कुरवाळून सांगू काय तुला?"

"मी काय केलं हो?"

खॅस मारून तो बोलला, "वात चढवायला जाऊन तू खाली केलीस व्हय?"

"अहो असं का?" असं म्हणून ती बाजू मांडत म्हणाली, "चांगला भक्कन जाळ झाला की!"

"कल्यान केलंस!" असं म्हणून त्यानं विचारलं, "आता गं काय करायचं?"

एवढ्यात बाहेरून पावलांचा आवाज कानावर आला. आठ-दहा लोकांची एक झुंडच्या झुंड अंगणात आल्यागत झाली. टाप टाप टाप बुटांचे पाय वाजावेत, तसा आवाज आला आणि भिऊन गाबागाब झालेली बाई एक ढेंग टाकून कोपऱ्यात गेली. त्या घाईत भुईच्या एका पोराला पाय लागला आणि पोरगं मोठ्यानं किंचाळलं. पोरानं आवाज काढला तसं गप्पकन तिनं त्याचं तोंड बंद केलं. घोड्याला लगाम घालावा, तसा गप्पकन पोराच्या तोंडावर हात ठेवला. नाकातोंडात पाणी गेल्यागत पोरगं गुदमरलं आणि तुकारामाने जवळ जाऊन त्याच्या तोंडावरचा हात काढून म्हणाला –

"अगं, पोरगं रडू द्या की. ह्यानं तर घरात जाग हाय असं वाटंल."

"असं म्हनता?"

"व्हय! उजेड न्हाई ते न्हाई, निदान आवाज तर असू द्या."

पोरगं किंचाळू लागलं आणि बाहेरनं येणाऱ्या पावलांचा आवाज बंद झाला. हळूहळू कुत्रीही भुंकायची थांबली. सगळं सामसूम झाल्यागत झालं आणि मग कानोसा घेऊन तुकाराम म्हणाला, "आवाजाची चाहूल लागून चोर गेलं जनू. पोरगं टायमाला रडलं बघ!"

"अहो, चुकून माझा पाय लागला त्यो गुनकारी ठरला बगा!"

"शानेऽऽ! मला अक्कल सुचली. मी तोंडावरचा हात काढला म्हणून त्यानं भोकाड पसरलं आणि चोर गपगार झालं!"

"पन काय पाठ धरलीया हो त्यांनी! मघापासनं दोनदा धाड आली की हो!"

"अगं, आज हेरलं असलं म्हंजे रात्रीतनं चारदा प्रयत्न करणारच ते! सकाळपर्यंत त्यास्नी काय काम?"

"व्हय की!" असं म्हणून ती बसून राहिली.

तुकाराम बोलला, "व्हय की म्हंजे, नुसती गौर पुजल्यागत बसून ऱ्हाऊ नको. वात काढायचं काय तरी बघ."

ती उठली आणि तिनं कंदील हातात घेतला. एवढ्यात कुत्र्यांचं भुंकणं ऐकू येऊ लागलं. घरालगतच्या बोळातच काही तरी धाडधाडधाड आवाज आला. काय ढासळलं कळायला मार्ग नव्हता. बोळाला लागून एक पडकं घर होतं. त्या तेल्याच्या घराची भिंत ढासळली; का कुसवाचे दगड निखळले, विटा पडल्या हे काही समजून येत नव्हतं आणि जीव तर भेदरून गेला होता. कसाबसा तुकाराम म्हणाला,

"अगं पोराला चिमटा तर घे की!"

काढूनकाढून आई आपल्या पोराला किती चिमटा काढणार? चिमटा काढला, की तेवढं पोरगं जरा कूस बदलायचं आणि तोंडानं नुसतं कण्हल्यागत करायचं. दोनतीनदा असं झालं आणि तुकारामच रागानं म्हणाला,

"अगं, अंगात नेट हाय का न्हाई तुझ्या? भाईर कुत्री कालवा कराय लागल्यात. चिमटा काढ की चांगला!"

त्या बाईनं तोड काढली. ती म्हणाली, "अहो, चाहूलच द्याची, तर मग पोरास्नी कशाला चिमटा काढाय पायजे? पोरांच्या आवाजापरीस आपला आवाज मोठा न्हाई व्हय?"

"अगं, मग वराडाय काय चिमटा काढाय पायजे व्हयं?"

"तसं न्हवं," ती बोलली, "आपुन नवराबायकू भांडल्यागत करू की. तुमी आरडा आनि मी बी वराडते."

येवढ्यात पावलांचा आवाज घरालगतच्या बोळातनंच ऐकू आला. तशी ती म्हणाली, "अहो आरडा, ओरडा!"

बायकोवर ओरडायलाबी अंगात अवसान नव्हतं. लाळेचा एक घुटका गिळून तो कसाबसा मोठ्यानं म्हणाला, "तुझ्या आयला तुझ्या! चांडाळनेऽऽ! तूच सगळा घात केला माझा!"

तीही मोठ्यानं बोलू लागली, "मी काय घात केला? काय वाटोळं केलं मी तुमचं?

खऱ्या रागानं तो ओरडला, "वात चढवायला सांगितली तर वात पाडून मोकळी झालीस व्हय?"

त्याला एक चिमटा काढून हळू आवाजात ती म्हणाली, "अहो शुद्धीत हैसा का? वात पडली हे कशाला सांगता? आपल्याच हातानं भिंग फोडता व्हय?"

"अगं पावलं जवळ ऐकू या लागल्यात! ह्या बोळातनंच आवाज या लागलाय ग."

"येऊ द्या. मला तुमी मारल्यागत करा म्हंजे मी गळा काढते."

तो विव्हळून म्हणाला, "आई आई आई आई! मेलोऽ... आयला, मला असा चिमटा काढतीस, तुला आता काय मारल्यागत करू?"

"अहो सोंग करा की हो नुसतं!" असं म्हणून तिनंच एक काठी हातात घेतली आणि पोत्याच्या थप्पीवर चार काठ्या ओढून तीच रडत म्हणाली, "मेले गंऽऽ बाई मेलेऽऽ! ह्यो नवरा म्हणायचा का दैत्य!... ए माझ्या हैवाना! जीव घेतोस व्हय माझाऽऽऽ? आई आई आई आई!... सोडीव रे बाबा भगवाना, ह्यांच्या तावडीतनं!..."

बाईनं चांगला गळा काढला आणि झकास नाटक केलं. बाहेरनं पावलांचा आवाज यायचा बंद झाला. कुत्रीही भुंकायची थांबली. तशी म्हणाली,

"बाहेर कानोसा घेऊन फटफटलं का न्हाई ते तरी बघा, जावा आता."

येवढ्यात कुणाची तरी पावलं वाजली नि दारावर धडकी दिली. तसा तुकाराम हळू आवाजात म्हणाला, "अगं, भोंगा सुरू कर."

"पर तुमी आधी काठी तर आपटा."

कशीबशी त्यानं काठी आपटली. बळ नाही ते आपटलेल्या काठीचा उगाच जरा आवाज झाला आणि मग पाठोपाठ बाईनं तोंड सुरू केलं. स्वत:च हातात काठी घेऊन तिनं दोनचार दणके दिले आणि झकास सूर धरून गळा काढला. "कुठं फेडशील हे पांग? काळीज हाय का फत्तर? जिच्या हातचं खातोस तिला जनावराला मारल्यागत मारतोस..! अगं आई आई आई! हाड मोडलं रं देवा माझं! मेले रे बाबाऽऽऽ!"

दारावरच्या धडक्या वाढतच चालल्या. जसं दार धडकलं जाईल, तसा गळा

मोठ्यानं काढून तिनं दंगा सुरू केला. पुन्हा कुत्री भुंकू लागली, दार धडकलं जाऊ लागलं आणि बाहेरनं शब्दही कानावर येऊ लागले. त्या दंग्यात हाक ओळखूच येत नव्हती. अखेर एकदा ती कानावर आली आणि तुकारामच कावून म्हणाला –

"अगं, थांब थांब जरा! गनू तेलीच हाक मारतोय जनू!... हे बघ आवाज!..."

"व्हय की! बघा बघू भाईर जाऊन."

ती रडायची थांबली. तुकाराम सोप्यावर गेला. माजघरातल्या अंधारात काही ओळखू येत नव्हतं. पण सोप्यावर अंधार नव्हता. चांगलं फटफटलं होतं. अंदाज घेत तुकारामनं विचारलं –

"कोन हाय?"

"मी गना तेली हाय. आनिबी धा लोक गोळा झाल्यात... दार उघडा, दार!"

धीर येऊन तुकारामानं दार उघडलं. धा लोक समोर उभे होते. सगळे शेजारीपाजारी गोळा झाले होते. त्यांतला एक जण म्हणाला, "तुकाराम, मर्दा, काय रं हे रस्सारी?"

दुसरा एक जण बोलला, "येवढं कुटायचं व्हय बायकुला?"

आणि गणू तेली बोलला, "काय सांगायचं? आम्हाला रास्सारी झोप न्हाई. ते लोणारी एक कोण आल्यात, त्यांची गाढवं एक उकिरड्याला लागलेली. ती गाढवं बघून कुत्री भुंकायची. त्यात आनि ह्यंची हलगी सुरू झाली. जुगलबंदीच चालली होती बगा!"

तुकारामानं विचारलं, "गाढवास्नी बघून कुत्री भुंकत होती व्हय?"

"तर हो! धा गाढवांचा खांडच्या खांड आलेला! दगड टाकला तरी तिथंच! कुसवाची दगडं पाडली न्हवं रेटारेटीनं. काय हे दिसंना."

तुकाराम आणि त्याची बायको-दोघंही तोंडाकडे बघत राहिली. काय बोलावं, हे त्यांना कळेना झालं. अखेर गणूनं विचारलं –

"का एवढी हानामारी चालली हुती?"

त्याच्या प्रश्नाचं उत्तर न देता तुकारामानं पुन्हा विचारलं, "खरंच रात्री गाढवं आलती?"

"अहो, ही काय अजून तुमच्या बोळातच हुबी हैत!"

लगबगीनं तुकाराम पुढं गेला. बघतोय तर आठ-दहा गाढवं बोळातच उभी होती. हसूही आलं आणि रागही आला. रागाच्या त्या तावात खाली वाकून त्यानं हाताला लागला तो एक धोंडा उचलला आणि हात वर करून तो म्हणाला,

"तुमच्या आयला, तुमच्या गाढवाच्या मी... काय म्हनू तरी तुम्हाला आनि!...."

❐

खुशखरेदी

बाबू शेलार हा महाहिकमती माणूस होता. शिकला होता जेमतेमच, पण शिक्षणाच्या मानाने त्याला ज्ञान मोठं होतं. अनेक कला त्याला अवगत होत्या. घरबसल्या तो साबण तयार करायचा. अमुक एक गोष्ट त्याला येत नव्हती, असं नव्हतं. पाहिजे त्या गोष्टीत त्याचं डोकं चालायचं. तो जन्मत:च मेकॅनिक होता. सायकल दुरुस्ती हा तर त्याच्या हातचा मळ होता. तालुक्याला गेला, म्हणजे तिथल्या मोटार गॅरेजमध्ये तासन्तास त्याचं मन रमायचं. असा हा हिकमती माणूस जीवनात खरं तर यशस्वी व्हायला पाहिजे होता, पण वयाची तिशी उलटली तरी तो अजून स्थिर नव्हता. यश तर कशातच आलं नाही. जे करावं त्यात अपयशच यायचं. लोकांनादेखील नवलच वाटायचं. लोक म्हणायचे, "बाबू, असं रे का?" त्यावर त्याचं एकच उत्तर असायचं, "भांडवल कमी पडतं."

ही गोष्ट खरी होती. बाबूजवळ भांडवल नव्हतं. घरचा आधार नव्हता. तीन भाऊ होते. त्या तिघांची लग्नं झाल्यावर वाटण्या झाल्या आणि तिघं भाऊ वेगवेगळे झाले. एक टीचभर जमीन त्याच्या वाट्याला आली. तेवढ्या जमिनीवर हा तरी काय करणार? बरं, त्याच्या मनाची धाव मोठी, झेप दांडगी. तो नेहमी लांब पल्ल्याचा विचार करायचा. साधी शेती करायची झाली, तरी तीसुद्धा तो आधुनिक पद्धतीनं करायचा. बोर्डोमिश्रण, फॉलीडॉल अशी सगळी औषधं त्याला पाठ होती. वाट्याला आलेल्या टिचभर जमिनीत त्यानं कोबी केली. आधुनिक खतं घातली. वेळच्या वेळी औषधं मारली. कोबी फर्स्टक्लास आला. गावात कोबीचं पीक कुणाला माहिती नव्हतं. बाबूनं प्रथमच ते आपल्या गावात आणलं. उत्तम पीक काढलं. एक एक गड्डा कवळ्यात धरावा असा तयार झाला. लोक पीक बघायला रानात जायचे आणि तासन्तास पीक बघत राहायचे. पिकाकडं बघितलं, की तहानभूक हरायची! शेतकी प्रदर्शनात त्या वर्षी त्याला चांदीचा बिल्ला मिळाला! पण दैव असं, की कोबीला बाजारात भाव आला नाही आणि पिकावर केलेला खर्चही निघाला नाही. शेती

त्याच्या आत-बङ्ग्यात गेली. यावर तोडगा होता. हाच माल जिथं जास्त भाव असेल तिकडं ट्रकनी पाठवायला हवा होता; पण त्याला भांडवल पाहिजे. नेमकं ते त्याच्याजवळ नव्हतं.

अशा या बाबूनं एक ना दोन सतरा उद्योग केले, पण प्रत्येक ठिकाणी अपयशच आलं. दुकान घातलं, त्यातही उधारीच राहिली. सायकलचं दुकान घातलं, त्यातही तोटाच झाला. लोण्याचा बिझनेस केला. फक्त रिकामे डबे घरात राहिले. असे अनेक उद्योग केले आणि जी टीचभर जमीन वाट्याला आली, तीही त्याला विकावी लागली होती. ती जमीन झाडून तो मोकळा झाला, लोकांची देणी भागवली आणि चार पैसे जवळ ठेवून कोणता तरी नवा उद्योग करायला तो गावाबाहेर पडला. त्यातही त्याचं तत्त्व होतं. नशीब काढायचं असेल, तर आपलं नशीब जिथं असतं तिथं जावं लागतं. म्हणून त्यानं गाव सोडलं. त्याचा विचार ठीकच होता. जिथं पिकतं तिथं विकत नसतं. नशीब काढण्यासाठी बाबूनं गाव सोडलं. पंधरा-वीस मैलांवर दुसरं एक गाव होतं, त्या गावात आला. गावाच्या एका खांद्यावरनं मोठा रस्ता जात होता आणि दुसऱ्या खांद्यावरनं रेल्वेलाईन जात होती. त्याला हे ठिकाण आवडलं. दहा ठिकाणच्या मोटारी ज्या रस्त्यावरनं धावत होत्या, तिथं त्यानं हॉटेल काढलं. जुनी एक-दोन हॉटेलं होतीच, पण बाबूनं हॉटेल असं थाटलं की गिऱ्हाईक याच्याच हॉटेलात येऊ लागले. हळूहळू जम बसला. कधी नाही ते यश त्याला आलं. बाबूची झेप मोठी होतीच. अंगात कलाही होती. त्यानं चांगलं फर्निचर तयार केलं. शहरातल्या हॉटेलसारखी आकर्षक मांडणी केली. गावातल्या प्रतिष्ठित लोकांशी वळण पाडलं. रात्रीच्या पार्ट्यासुद्धा त्या हॉटेलात होऊ लागल्या. पंच, सरपंच, तालुक्याचे सभापती यांचा तो एक अड्डाच झाला. ज्या लोकांत मिसळायचं, वावरायचं, त्याच लोकांसारखा बाबूने वेष धारण केला. तलम धोतर, कधी खादीचा पांढरा शुभ्र झब्बा, तर कधी पिवळंधमक सिल्क अंगावर झुळझुळू लागलं. कडक इस्त्रीची पांढरी टोपी डोक्याला घालू लागला आणि धंदा वाढवण्याचे विचार मनात सुरू झाले. पैसा पेरल्याशिवाय उगवत नसतो, हे त्याला ठाऊक होतं.

एक दिवस बाबू लांब कारवार-गोव्याला गेला. आठ-पंधरा दिवस तिकडंच राहिला आणि येताना एकटा आला नाही. आपल्याबरोबर त्यानं एक बाई आणली. अशी बाई की लोकांनी बघत राहावं! कलम गोव्याचं होतं. रत्नागिरी आंबा जसा प्रसिद्ध, तशी गोव्याची नार प्रसिद्ध. बाई फटाकडी होती. गोरीपान, नाकी-डोळी नीटस, वाकडा भांग पाडायची, दोन्ही कानांवर फुगे असायचे, डोळ्यांत सदा काजळ घातलेलं आणि नजर भिरभिरती असायची. डोळ्याला डोळा लावायची हिंमत व्हायची नाही. तिचे डोळे नव्हते, डोळ्यांत पाकाळ्या होत्या. ओठ तर

लालचुटूक, जपानी शेंगेगत वाटायचे. छाती केळीच्या कोक्यागत होती. बाई एखाद्या कबुतरागत दिसायची. असं बाबूनं हे गोव्याचं कलम आणलं आणि गावाला भूलच पडली. बाई गल्ल्यावर बसू लागली. सारखा हातात पैसा खुळखुळू लागला. गिऱ्हाईक वाढलं. येईल त्याच्याकडं ती नुसतं हसून बघायची. त्या हसण्यातच लोकांचे पैसे फिटायचे. बोलायची तर अशी गोड, जणू तिच्या कंठात कोकिळाच बसली होती! तिचं बोलणं नसायचं; ते गाणं असायचं, गाणं! साध्या गद्य बोलण्यातही एक लय असायची. लोक आपसात बोलायचे, ''बाई काय हस्ती! काय बोलती!'' एक जण तर म्हणाला, ''ती बोलायला लागली, की नुसता तबला वाजवावा!''

गोष्ट खोटी नव्हती. खरोखरच ठेका धरावा; असं तिचं बोलणं, हसणं होतं. तिच्या बोलण्याचा एक खास ढंग होता. तिच्या हसण्याला एक नाजूक शान होती. मांजरपाट कापड आणि किनखाप वस्त्र यांत जसा फरक असतो, तसा एरव्हीच्या बाईत, तिच्या बोलण्यात, चालण्यात आणि ह्या बाईत फरक होता – तो कुणालाही जाणवण्यासारखाच होता.

बाबूनं ही बाई आणून गल्ल्यावर बसवली आणि गाव खुळं झालं. सुगीच्या दिवसात परदेशी पाखरं जशी हजार हजार मैल प्रवास करून पिकावर येऊन बसतात, तशी लांबलांबची माणसंसुद्धा हॉटेलात येऊ लागली. बाबूनं आता नुसता चहा-पाणी ठेवलं नव्हतं, खाटुम-खुटुमही सुरू केलं होतं. रात्री एक-एक, दीड-दीड वाजेपर्यंत जेवणं चालायची. पार्ट्या झडायच्या. बाईपेक्षा जेवणाची आणि जेवणापेक्षा बाईची ख्याती झाली. बाबूच्या हॉटेलचं नाव होतं 'स्वल्पविराम'; पण लोक आत गेले की पूर्णविरामासारखी अवस्था व्हायची. बाई दिसेल असा कोपरा साधून लोक बसायचे आणि तासभर ठिय्या द्यायचे. गावातली तरणी पोरं तर उल्लू झाली. त्यांच्या झोपा उडाल्या. अनेकांना तिची स्वप्नं पडायला लागली. वर्षभरात बाबूनं झकास धंदा केला, खोऱ्यानं पैसा ओढला. भुईभाडं भरून त्यानं जागा घेतली होती, ती त्यानं खरेदी घेऊन टाकली. मिळालेले पैसे जागेत घातले. माडी बांधली. वर फॅमिली रूम काढल्या. खास लोक वर जाऊन बसायचे. थोड्याच दिवसात बाबू एक तालेवार माणूस झाला. पण हा हिकमती माणूस, मिळतं त्यावर समाधान मानणारा नव्हता. आहे त्यात आणखी काही वाढ करावी, आणखी धंदा वाढवावा, असं त्याच्या मनात येऊ लागलं. पण आता धंदा वाढवायचा, तर त्याला भांडवल पाहिजे होतं. जवळचे सगळे पैसे त्याने त्या जागेत आणि माडीत घातले होते. नवं नवं फर्निचर केलं होतं. क्रोकरी घेतली होती. यातच त्याला थोडं कर्ज झालं होतं. खरं तर हाच धंदा नीट करून सगळं त्यानं स्थिरस्थावर करायला हवं होतं. पण त्याच्या मनाची उभारी त्याला थांबू देत नव्हती.

आता बाबूच्या डोक्यात एक नवाच धंदा आला. हॉटेलचा धंदा तर त्याने शिगेला पोहोचवला होता. त्यात काही वाढ करण्याचं शिल्लक राहिलं नव्हतं. आजूबाजूचं सगळं गिऱ्हाईक त्यानं मिळवलं होतं. चंद्राबाई आता हा सगळा व्याप सांभाळायला समर्थ झाली होती. चंद्राच्या गळ्यात हा सगळा व्याप अडकवून आपण काही तरी नवा धंदा करावा, याचा विचार तो करत होता. अनेक गोष्टींचा विचार केला आणि सर्व विचार करून त्यानं असं ठरवलं, की आपण म्हशी पाळाव्यात. गावठी नाही, जाफराबादी! एकेका टाईमाला चार-चार शेर दूध देणाऱ्या पाच एक म्हशी आणाव्यात आणि दुधाचा धंदा करावा, असं त्याच्या मनानं ठरवून टाकलं. एका दृष्टीनं त्याचा विचार बरोबर होता. दुधाचा धंदा म्हणजे सोन्याचा धंदा! दुधाला तर भाव येतोच, पण त्यातल्या पाण्यालासुद्धा भाव येतो. त्यात खोट येण्याचं काही कारण नव्हतं. बरं, हॉटेलला जे दूध विकत घ्यावं लागतं, ते घरचं मिळणार होतं. चहाबरोबर लस्सी ठेवता आली असती. रबडी विकायला आली असती. खवा करता आला असता. श्रीखंड ठेवता आलं असतं. त्यातूनही उरणारं दूध बाहेर विकता आलं असतं. त्याच्या विचाराची लाईन अगदी बरोबर होती. या लाईननं गेलं तर तो लांब जाऊन पोहोचणार होता. दहा वर्षांत लखपती व्हायला काही हरकत नव्हती. गडी नादावला. चंद्राचाही त्यानं सल्ला घेतला. तिला ही गोष्ट पटली. तिनंही संमती दिली. घोडं अडत होतं, एकाच ठिकाणी, ते म्हणजे भांडवल. ते कसं मिळवावं, याचं कोडं पडलं होतं. चंद्रानं ते बरोबर सोडवलं. ती म्हणाली, ''अहो भांडवल, भांडवल काय करता? किती भांडवल लागंल तुम्हाला?'' बाबूनं पूर्ण विचार करूनच ठेवला होता. सगळं गणित पुढं मांडत तो म्हणाला, ''किमान दहा हजार तरी पाहिजेत.'' चंद्रा गोड हसली आणि म्हणाली, ''हे काय जास्त झालं? गावात एवढे धनवान लोक आहेत, आपण कोणालाही शब्द टाकला तर झेलतील.''

''कुनाला विचारून बघावं?''

''अहो, असं का करता?'' असं म्हणून एका हाताच्या बोटावर दुसऱ्या हाताचं बोट ठेवत तिनं पाच-दहा नावं घेतली आणि बाबू चकित झाला. त्याच्या डोक्यात हे कधी आलंच नव्हतं. या चंद्रावळीवर हपापल्यासारखी जीव टाकणारी सगळी माणसं तिचा शब्द मोडणार नव्हती, हे त्याच्या डोक्यात कधी आलं नाही. तिनं सुचवल्यावर मात्र बरोबर ते डोक्यात आलं. दोघांनी मिळून डावच रचला.

गावात तवनाप्पा मगदूम म्हणून एक बडी आसामी होती. शंभर एकर रान होतं. पन्नास-साठ एकर तर बागायतच होती. दरसाल एक लाखाचा गूळच व्हायचा. त्याच्याकडे पैशाला तोटाच नव्हता. पैशाचा जिवंत झराच होता. असा हा तवनाप्पा चंद्रावळीवर खूष होता. ती नुसती हसली, की वाऱ्याची झुळूक अंगावरून

गेल्यासारखी वाटायची. ती दोन शब्द बोलली, की गुलाबपाणी शिंपडल्यासारखं व्हायचं. पैसे देता-घेताना तिच्या गोऱ्यापान, लुसलुशीत बोटांचा स्पर्श झाला; म्हणजे रेशीम सळसळल्यागत वाटायचं. तवनाप्पा असा जीव टाकत होता, हे त्या दोघांनाही माहीत होतं. त्याला जाळ्यात अडकवायचं ठरवलं.

याची काही कल्पना नसलेला तवनाप्पा नेहमीसारखा हॉटेलात आला. रोजच्यासारखे दोघं एकमेकांकडे बघून हसले. डोळ्यांतल्या पाकोळ्या भिरभिरल्या. अधरावर काहीतरी निराळंच थरथरलं. असा काही आविर्भाव केला, की तवनाप्पा गल्ला ओलांडून पुढं गेलाच नाही. आपोआप त्याचे पाय थांबले. नेमकं काय झालं आणि कसं झालं, हे शब्दांनी सांगता येणार नाही. पोलिसांनी अटक करावी, तशी बाईनं त्याला अटकच करून ठेवली. कैदी होऊन तो पुढे उभा राहिला. काय बोलावं हे त्याला समजत नव्हतं, पण तिला बरोबर समजलं. उगीचच अंगाला एक-दोनदा तिनं हेलकावे दिले. कसे ते सांगता येणार नाहीत, पण त्यातली लचक काही निराळीच होती. मानही अशी वेळावली, ती कशी, हेही वर्णन करता येणार नाही. त्यात एक निराळाच लोभसपणा होता. अंग लचकून, मान वेळावून तिनं नजरेला नजर दिली आणि कोल्हापूरच्या शाहूपुरी पेठेतला गुळाचा खडा उन्हात पाघळावा, तशी तवन्नाप्पाची अवस्था झाली. गूळ पाघळायला लागला आणि तिची लोभस वाणी साखर पेरत बोलली, "का, आमच्यावर खप्पा मर्जी केलीय?" असं बोलून तिनं नजर रोखली. मधात भिजलेला बाणच उरात घुसला. आतल्या आत काही घुसळून निघाल्यागत झालं. गडी येडबडला. तो म्हणाला, "चंद्राबाई, असं हो का म्हणता? कसली खप्पा मर्जी?"

"ती काही सांगायला लागती होय?"

"अहो, काय झालं सांगा तरी?"

त्याची चलबिचल पाहून ती नुसती हसली. झऱ्याचं पाणी खळखळावं तसं झालं. मंद वाऱ्याची झुळूक अंगावरून गेली. हसून झाल्यावर ती बोलली, "चार दिवसात आला नाही, तुमचं दर्शन नाही."

"अरेच्चा! दिवसातनं चारचारदा येतोय आणि चार दिवसांत आलो नाही?"

"आम्हाला तुम्ही आल्यागत वाटलं नाही, त्याला काय करायचं?"

"काय करायला पाहिजे, सांगा की."

"आत्ता येता, नुसता चहा पिऊन जाता, त्याला काय आलं म्हणायचं?"

त्याची विनोदबुद्धी जागी झाली. तो हसून म्हणाला, "हे अल्लं आनि आलेपाक बराय तुमचं!"

पहिल्याच दिवशी चंद्राबाईनं त्याला असा घोळात घेतला. शब्दांच्या पाकात त्याला घोळवून काढला. असं आठ-पंधरा दिवस घोळून झालं. संघटन वाढलं

आणि मग जेव्हा तिची खात्री झाली, तेव्हा ती म्हणाली,

"अण्णा, आमचं एक काम होतं."

तिचा शब्द वरच्यावर झेलत तो म्हणाला, "हुतं काय म्हनता, काय बोला की."

"करणार म्हणा, म्हणजे बोलते."

"म्हनजे काय वचन देऊ होय?"

"त्याला वचन कशाला पाहिजे?"

"मग?"

"करतो म्हना, म्हनजे सांगते."

"पन काय करतो?"

"काम हो!"

"मग त्यात म्हनायचं काय? तुम्ही सांगायचं आनि आम्ही करायचं!"

"बघा, मागनं नाही म्हनशीला."

असं म्हणून चंद्राबाईनं हात पुढं केला. एखाद्याचं वचन घ्यावं, तसंच नकळत हातावर हात मारून तिनं वचनच घेतलं. हात हातात गुंतवूनच ठेवला आणि म्हणाली, "रात्री वेळ मिळेल का?"

"वेळ काढू की."

"मग असं करा, रातचं या. जेवायलाच या. मालक असतील. मग समक्ष भेटू."

तवनाप्पानं चांगले कपडेबिपडे केले. अंगावर सेंट शिंपडला आणि रात्री हॉटेलवर आला. बाबू, चंद्रावळी आणि तवनाप्पा वर माडीवरच्या खाजगीतल्या खोलीत बसले. बाबूनं आपल्या नव्या धंद्याची कल्पना दिली. तवनाप्पाला दहा हजार म्हणजे काहीच नव्हते. किस झाड का पत्ता! पण तो व्यवहारचतुर होता. त्यानं ते पैसे नुसते हातउसने दिले नाहीत, रीतसर प्रामिसरी नोट केली. दुसऱ्या दिवशी दहा हजार रुपये बाबूच्या हातात पडले. लगेच बाबू म्हशी आणायला दिल्लीकडे गेला. मधल्या पंधरा-तीन आठवड्यांत तवनाप्पानं संघटन वाढवलं. बाई मोठी हुशार होती. तिनं त्याला जवळ केला, पण एका विशिष्ट अंतरावरच उभं केलं. जवळ करून लांब ठेवलं.

बाबूनं एकाला पाच जाफराबादी म्हशी खरेदी केल्या. वॅगनमध्ये घालून त्यांना सुरक्षित घेऊन आला. तोवर चंद्राबाईनं बाकीची सर्व व्यवस्था केलीच होती. दावणं तयार केली होती. चाराही खरेदी करून ठेवला होता. बाबू नव्या धंद्यात गुरफटला आणि या वेळी त्याचं गणित काहीतरी चुकलं. सगळे उलटे फासे पडले. पंधरा दिवसांच्या आतच हत्तीसारखी एक म्हैस बांधल्या दावणीला पोट फुगण्याचं निमित्त

होऊन एकाएकी मरून गेली. कुणी म्हणालं, म्हशीला किराळ लागलं, कुणी म्हणालं, दृष्ट लागली. कारण काय घडलं हे कळलं नाही, पण बघता बघता दीड हजाराचं नुकसान झालं. त्यावर कसाबसा एक महिना गेला. दुसऱ्या एका म्हशीनं नेमका तसाच घात केला. तीन हजाराची वाट लागली. हे असं का घडलं, यावर इतर लोकच विचार करू लागले. एकानं आपणहून बाबूला सांगितलं, "बाबूराव, त्याचं असं हाय, आवो, ह्यो म्हशी इथं टिकायच्या न्हायीत. त्यो मुलूख वेगळा, ह्यो मुलूख वेगळा. आवो, हापूस आंबा रत्नागिरीत होनार. परठिकानी त्याची निपज होईल कशी?"

बाबूच्या पायात असा साप सोडला. त्याला अन्न गोड लागेना झालं. घरची माणसं त्याच्यावर उलटली. खुद्द चंद्राबाईच त्याला म्हणाली, "झाला एवढा तोटा रग्गड झाला. आता तिसरी म्हस मरायची वाट बघू नका, हैत त्या म्हशी विकून टाका."

बाबूला हे सगळ्यांचं म्हणणं पटत होतं, पण वळत नव्हतं. विकून टाका, हे म्हणणं सोपं होतं. तो विकायला तयार होता, पण गिऱ्हाईकच मिळत नव्हतं. गिऱ्हाईक आलंच, तर ते पैशात पटत नव्हतं. आपण दिलेत तेवढे पैसे यावेत, ही बाबूची अपेक्षा होती. ती रास्तही होती. पण या म्हशींना इकडं गिऱ्हाईक मिळत नव्हतं आणि येवढा पैसा द्यायला कुणी तयार नव्हतं. यात दोन महिने गेले. काय झालं कुणास ठाऊक, म्हशीचं दूधच आटलं. इकडचा चारा त्यांना मानवत नव्हता, का हवामान त्यांना मानवत नव्हतं, हे काही कळत नाही. पण म्हशी उडाल्या आणि त्यांचा बोजा तेवढा अंगावर पडला. बाबू असं सगळीकडनं आत आला. एकाला दहा बाजार फिरला, त्यातही त्याचा खर्च झाला. अखेर दीड हजाराची म्हैस पाचशे-सातशेला विकून टाकली. धंद्यात अशी खोट आली. पूर्वीचं कर्ज तर फिटलं नाहीच, पण नवीन कर्ज होऊन बसलं. डोक्यावरही परिणाम झाल्यागत झाला. आपल्या चालू धंद्यावरील त्याचं लक्ष उडालं. असं त्याचं गणित फसलं आणि सावकाराचे तगादे सुरू झाले.

तवनाप्पा सावधच होता. त्याच्या प्रामिसरीची मुदतही संपत आली होती. पण ज्या हेतूनं तो ह्यात पडला होता, तो हेतूही तडीस गेला नव्हता. गोड बोलून बाईनं नुसतं घोळतच ठेवलं होतं. ह्या जाळ्यात अडकून नुसतं तडफडण्याची पाळी त्याच्यावर आली. त्यानं आपल्या पैशाचा तगादाच लावला. सगळ्यांनी असं काव काव केल्यावर बाबूलाही काय करावं सुचेनासं झालं. वेळच्या वेळी पगार न मिळाल्यामुळे जे चांगले आचारी होते, तेही त्याला सोडून गेले. हॉटेलही बसलं. वर्षभरात बाबू चांगलाच कर्जबाजारी झाला. तवनाप्पाचे घेतलेले दहा हजार रुपये कशानं फेडायचे हे कळेना झालं. शिवाय दुसऱ्यांची देणी कशी भागवायची, तेही

एक कोडं पडलं. अखेर यावर पंचाईत बसली आणि सगळ्यांनी मिळून असं ठरवलं, बाबूनं हे हॉटेल कर्जापोटी तवनाप्पाला लिहून द्यावं आणि तवनाप्पानं त्यात आपलं कर्ज वळतं करावं, इतरांचीही देणी भागवावीत आणि एक-दोन हजार रुपये बाबूला रोख द्यावेत.

पंचाईतीत ठरल्याप्रमाणं सगळ्या गोष्टी नमूद करून पक्का कागद केला. रोख रुपये दोन हजार घेऊन खूश-खरेदी लिहून दिली. हॉटेलची मालकी तवनाप्पाकडे आली. सगळ्या फर्निचरसह, सगळ्या वस्तूंसह हॉटेल ताब्यात देऊन बाबू मोकळा झाला. कुणाच्यातरी व्यवस्थेखाली 'स्वल्पविराम' हॉटेल तवनाप्पा चालवू लागला आणि बाबूनं रोख मिळालेल्या पैशात जवळच दुसरं हॉटेल खोललं. असे आठ-पंधरा दिवस गेले आणि गावात जे अतिशहाणे चार लोक होते, त्यांनी एक नवीच शक्कल काढली. त्यांनी तवनाप्पाला शिकवलं – "तू हॉटेल घेतलंस, पन बाई का सोडलीस?"

"का म्हंजे? आपला काय अधिकार?"

अधिकार कसा पोहोचतो, हे त्यांनी त्याला बरोबर समजावून दिलं. एक जण म्हणाला, "तवनाप्पा, खरेदीपत्रात काय लिव्हलंय? झाड, झाडोरा, तदंगभूत वस्तूंसह खरेदी घेत आहे आणि ही खरेदी नशापाणी न करता अक्कलहुशारीनं मी लिहून देत आहे. असं असताना, बाईला सोडायची का? बाई एक हॉटेलातली वस्तूच होती. तिच्याकडं बघून लोक हॉटेलात येत होते. ती न्हायी, तर हॉटेलात काय हाय?"

हा मुद्दा तवनाप्पाला एकदम पटला. त्याला पाहिजे तोच मुद्दा होता. तवनाप्पानं रीतसर बाईची मागणी केली.

बाबू काही खुळा नव्हता. त्यानं साफ नकार दिला. तवनाप्पानं धमक्या दिल्या. एक दिवस दहा लोक घेऊन त्याच्याकडं गेला आणि साफ साफ सांगितलं, "बाबू, मुकाट्यानं बाईचा ताबा दे."

हात जोडून बाबू विनवून म्हणाला, "अहो अण्णा, असं कुठं झालंय का? हे भलतंसलतं काय बोलता?"

तवनाप्पानं निक्षून सांगितलं, "हे बघा, खरेदीपत्रात काय म्हटलंय, झाड, झाडोरा, तदंगभूत वस्तूंसह खरेदी देण्याचं आहे. बाईशिवाय त्या हॉटेलात काय हाय?"

हा वाद चांगलाच पेटला. दोन्ही बाजूनं फुणगी घालायला लोक तयारच होते. काही बाबूच्या मागे होते, काही तवनाप्पाच्या मागे होते. कुणीकडून तरी त्यांना खेळ बघायला हवा होता. खेळ रंगात आला, तवनाप्पाचा जोर पैशाच्या जिवावर होता. ती पार्टी जोरातच होती. बाबू सगळीकडून आत आला होता. त्याला वाटलं, हे

काहीतरी करून मिटवावं.

गावात अशी पद्धत होती, की शक्यतो कुणी कोर्टात जायचं नाही. काही खटला निर्माण झाला, तर तक्रार सरपंचाकडे करायची. दोन पंचांच्या मदतीनं सरपंच तक्रार ऐकून घ्यायचे. कोर्टात जशा तारखा पडतात, तशा तारखाही द्यायच्या आणि महिन्या-दोन महिन्यात, चार-पाच बैठकी करून निकाल लावून टाकायचा.

बाईवरनं सुरू झालेलं हे भांडण अखेर एक दिवस सरपंचांकडं आलं. सरपंचांनी दोन्ही बाजू ऐकून घेतल्या. खरेदीपत्राचा कागदही आपल्या ताब्यात घेतला. बाईचाही जाबजबाब घेण्यात आला. त्या कागदाबरोबर बाईलाही हजर ठेवलंच होतं. सरपंचांनी पहिल्या दिवशी काही जाबजबाब घेतले आणि पंधरा दिवसांची तारीख दिली. ज्या बाईवरून हा खटला निर्माण झाला, त्या बाईला सरपंचानं आपल्या ताब्यात ठेवलं. निकाल लागल्याशिवाय बाईला कुणाकडंच पाठविता येणार नाही, असंच त्यांनी सांगितलं. तवनाप्पाला हे मान्य होतं. बाबूला हे मंजूर नव्हतं, पण त्या दांडगेश्वरापुढं त्याचं काही चाललं नाही. बाईला सरपंचांच्या स्वाधीन करून तो बिचारा हात चोळत निघून गेला.

तिच्या खर्चापायी सरपंचानं दोघांकडूनही पैसे घेतले. तिची निराळी व्यवस्था केली. कोंडवाड्यात जनावर घालावं, तशी तिची अवस्था झाली.

सरपंच भारी हुशार होता. मधल्या काळात त्यानं बाईशी सूत जमवलं, मुद्देमाल त्याच्याच ताब्यात होता. त्याला सूत जमवणं काही अवघड नव्हतं. शिवाय बाबूजवळ आता काही शिल्लक राहिलं नव्हतं, हे तिला माहीत होतं. तिनंही आपल्या जन्माचा विचार केला. माल हस्तगत झाला आहे, याची सरपंचाला खात्री पटल्यावर जुजबी एक-दोन तारखा झाल्या आणि पंचाच्या मदतीनं निकाल तयार केला. निकाल वाचून दाखवला. निकालपत्र असं होतं – 'वादी श्री. तवनाप्पा धनपाल आप्पा मगदूम आणि प्रतिवादी श्री. बाबूराव तुकाराम शेलार, या दोघांमध्ये झालेल्या खरेदीपत्राचा व त्यावर झालेल्या साक्षीपुराव्याच्या सर्व बाजूंनी विचार करण्यात आला आणि आम्हा पंचांच्या एकमतानं असं ठरवलं, की 'स्वल्पविराम' या हॉटेलात गल्ल्यावर बसणारी चंद्राबाई या बाईशी बाबूराव तुकाराम शेलार किंवा तवनाप्पा धनपालआप्पा या दोघांचाही काडीमात्र संबंध पोचत नाही. तिच्यावर कोणाचीही मालकी शाबीत होत नाही. तशी ती शाबीत झालेली नाही. खरेदीपत्र नशापाणी न करता व अक्कलहुशारीनं लिहून दिले-घेतले असले, तरी खरेदीपत्र लिहून देणारांनी किंवा लिहून घेणाऱ्यांनी खरेदीपत्रातील मालमत्तेत चंद्राबाईचा कुठेही स्पष्ट उल्लेख केलेला नाही. जरी खरेदीपत्र झाड, झाडोरा तदंगभूत वस्तूंसह असे म्हणून लिहून दिले असले; तरी चंद्राबाई ही झाड झाडोऱ्यात मोडत नसल्याने

व इतर वस्तूंतही तिची गणना होत नसल्याने तिच्यावर वादी व प्रतिवादी यांपैकी कुणाचाही कसल्याही तऱ्हेचा हक्क पोचत नाही. चंद्राबाई हा एक जिवंत प्राणी असल्याने तिने कुठे राहावे, कुणाचा आश्रय घ्यावा हे ठरविण्यास तिची ती मुखत्यार आहे. दोन महिन्यांत तिच्यावर करण्यात आलेला खर्च जो कोणी देईल, त्याच्या ताब्यात तिला दिले जाईल. तिच्या पोटापाण्यासाठी व लेण्यानेसण्यासाठी आजवर झालेला खर्च एकूण रुपये ३६८५-६० पैसे झालेला आहे.'

न्यायपंचायतीनं एकमताने दिलेला हा निकाल ऐकून बाबूचं तर धाबंच दणाणलं. तवनाप्पाला ती रक्कम ज्यादा नव्हती. पण ती रक्कम भरूनही ती कुठेही राहण्यास मुखत्यार असल्याने ती रक्कम भरावी की नाही, असा त्याला प्रश्न पडला.

आता या गोष्टीला एक वर्ष लोटलं आहे. सरपंचाने मुद्देमाल आपल्याच ताब्यात ठेवला आहे. तवनाप्पानं ताब्यात घेतलेलं हॉटेल गैरव्यवस्थेमुळे पार बसलं आहे. बाबू शेलार हॉटेल बंद करून आणखी नव्या धंद्याच्या शोधात आहे. ही अवस्था लक्षात घेऊन सर्व बाजूंनी विचार करून सरपंचांनीच तिसरं हॉटेल काढलं आणि त्या हॉटेलच्या गल्ल्यावर चंद्राबाईचीच नेमणूक झालेली आहे. हॉटेल व बाईचा मालक या दोन्ही नात्यांनी सरपंचाचं नाव लागलं आहे!

❐

तार

भारत-पाकिस्तानचं युद्ध सुरू झालं आणि मांजरेकाका पार हादरून गेला. जसा युद्धाचा भडका उडाला, तसा त्याच्या काळजानं ठावच सोडला. अहोरात्र तीच एक काळजी त्याच्या मनाला लागून राहिली. कारण त्याचं स्वत:चं एक पोरगं सैन्यात होतं आणि लांब काश्मिरकडंच कुठंतरी त्याची रवानगी झाली होती. तिथूनच तर सगळा वणवा पेटला होता. म्हणजे पोरगं लढाईच्या ऐन खाईतच गावल्यागत झालं होतं. मग मांजरेकाकाला अन्न तरी कसं गोड लागणार? त्याची तहानभूकच सगळी मेल्यागत झाली. एक महाचिंता लागून राहिली. कधी काय बातमी येऊन थडकेल आणि काय समजेल, याचा काय नेम होता? आजचा दिवस उगवला, पण उद्याचा दिवस कसा उगवेल, हे सांगता येत नव्हतं. अवचित हे एक गंडांतरच आल्यागत झालं. काही सुचतच नव्हतं. नुसत्या काळजीनं मरायची पाळी आली. चांगला हिंडता फिरता धडधाकट माणूस. पण ह्या काळजीनं चार दिवसांत आत आला. बसली जागा त्याला उठवेना झाली. एकाएकी हातपायच हलायचे बंद झाल्यागत झाले. गप एका जागी भुई भरून बसायचं आणि आला दिवस कसाबसा ढकलायचा, अशी त्याची अवस्था होऊन बसली. म्हातारीनं तर हातरूणच धरलं. एकूण अंशी साऱ्या घराचीच कळा गेली. बरं,त्यांना धीर तरी कोण देणार? आणि कसा? त्यात दुसरी एक काळजी लागून राहिली – पोराचं आठ-बारा रोजात टपालच नव्हतं. म्हणजे ठावठिकाणाच काही लागत नव्हता. निदान अशा लढाईच्या वेळेला रोज एक-दोन ओळींचं कार्ड आलं, म्हणजे खुशाली तर कळती. तेवढाच जिवाला आधार वाटतो. पण ही लढाई सुरू झाली. एकदम असा भडका उडाला आणि पोराचं टपालही यायचं बंद झालं. माणसानं काय समजायचं! एक-दोन दिवस दम काढता येतो, पण आता एकाला पंधरा दिवसांची भरती होत आली. अजून वाट तरी किती बघायची? धीर तर कसा काढायचा?

अशाच निराश चेहेऱ्यानं मांजरेकाका आपल्या घराच्या सोप्याला एके जागी गप

नसून होता. नुसता एक बांधाचा धोंडा असावा तसा! मनही दगडागत घट्ट करूनच बसला होता.पोस्टमन येण्याची वेळ आली होती. डोळे समोर वाटेकडे लागून राहिले होते. जीव कात्रीत सापडल्यागत झाला होता. आज तरी काही कळंल? निदान दोन ओळींचं कार्ड... आणि एकाएकी समोर पोस्टमन येताना दिसला. मांजरेकाकांचं काळीज लक्कन हललं. आज टपाल आलं, असं त्याला वाटलं. आशा बळावली. पण पुढं गेलेला झोका त्याच वेगानं मागे जावा, तसं घडलं. समोरनं येणारा पोस्टमन घराजवळ न थांबता तसाच पुढे निघाला आणि मग मांजरेकाकालाच राहवलं नाही. त्यानं मान झुकवून विचारलं, "आमचं काय टपाल न्हाई व्हय?"

पोस्टमन बिचारा हसून बोलला,"काका, असतं तर दिलंच असतं की. मग न देता कसा फुडं जाईल?"

"या या, जरा हिकडं या बघू..." असं म्हणून मांजरेकाकानं त्याला हात करून जवळ बोलावलं. तसा पोष्टमन दारात आला आणि मांजरेकाकानं खाजगी विचारावं तसं विचारलं,

"व्हय, हेऽऽ लढाईवरची टपालं येत्यात का न्हाई?"

"न याला काय झालं? येत्यात की."

"मग आमच्या पोराचं टपालच कसं न्हाई हो?"

एवढं बोलून वाचा गेल्यागत म्हातारा त्या पोष्टमनच्या तोंडाकडे बघत राहिला. मग धीर देत पोस्टमनच म्हणाला, "रोज कसं येणार? टपाल घालायला सवड तर गावायला नको?"

"अगा रोजची गोष्ट न्हाई... आज पंधरादी झालं. डाकच बंद झालीया."

"मग काय तरी पत्त्यात घोटाळा असंल?"

"पत्त्यात कसला घोटाळा असतोय? काय कळंनाच झालंय न्हवं..."

"मग असं करा काका."

"कसं?"

"तुमीच एक तार करून बघा..."

"असं म्हनता?"

"व्हय, म्हणजे काय तरी उत्तर ईलच की... बरं, येऊ मी?"

असा सल्ला देऊन पोस्टमन पुढं गेला आणि गप भुई धरून बसलेला मांजरेकाका कसाबसा उठून उभा राहिला. आत हातरुणाकडं बघून बाहेरनंच म्हणाला, "आजबी टपाल आलं न्हाई...पोस्टमन म्हंतोय एक तार करून बघा."

हे ऐकून म्हातारी गदगदून गेली. काळीज फाटल्यागत झालं. एकवार तोंडाकडे बघून ती म्हणाली,

"मग करा की तार..."

"आता तार कोन करनार?"

म्हातारी तरी काय सांगणार? तार करा हे खरं, पण ती करायची कशी? जन्मात कधी असा प्रसंगच आला नव्हता. नात्यागोत्यातलं कुणी मेलं तरी कधी तार करायची पाळी आली नव्हती. महार धाडला की काम होत होतं. कधी कुणाची तार आलीही नव्हती. ती कसली असती आणि काय, हे त्या बिचाऱ्याला काय ठाऊक असणार?... आता कुणाकडे जावं, कुणाचे पाय धरावेत असा विचार सुरू झाला आणि म्हातारीच म्हणाली –

"जावा धनपाल अन्नाकडं... येवडी अशी एक तार कर बाबा, असं म्हना त्येला. म्हंजे करतोय बगा त्यो..."

धनपाल अण्णाचं नुसतं नाव ऐकून मांजरेकाकाच्या तोंडावर टवटवी आली. एक काळजीच मिटल्यासारखी झाली. धनपाल अण्णाच्या हातानं पाहिजे ते होत होतं. अमुक एक करायचं तर करायचं. एकादी गोष्ट होणार नाही, असं कधी होतच नव्हतं. सगळ्या गावाचा त्याच्यावर असा भरवसा होता. आता एकच होतं, की कोणतं काम तो फुकट करत नव्हता. चार पैसे काढायचा. पण त्याशिवाय त्याचं तरी कसं भागणार? आणि असं आहे, तळं राखणार तो पाणी चाखणारच. त्यात काय एवढं दुःख मानायचं? दोन पैसे खाईल... खाईना. आपलं काम झाल्याशी कारण. त्याच्याकडे गेलं तर काम फत्ते होणार. येवढी तार कर म्हटली तर तार करणारच तो, असं वाटून एक हुरूपच आला. मांजरेकाकानं खुंटीवरचा पटका लगेच आपल्या डोक्यावर ठेवला. आणि कोपऱ्यातली काठी हातात घेऊन तो बाहेर पडला. दारातनंच म्हणाला, "जातो धनपाल अन्नाकडं... बघतो काय तरी..."

...धनपाल अण्णा आपल्या घराच्या सोप्यात बैठ्या डेस्कवर पाय टाकून स्वस्थ आपल्या तक्क्याला टेकून पडला होता. दिवस रिकामाच चालला होता. सकाळपासून आज काही कामच मिळालं नव्हतं. कोणी गिऱ्हाईक येण्याची तो वाटच बघत बसला होता. अशात मांजरेकाका दारात आला आणि उपाशी बोक्याला दुधानं भरलेलं गाडगं दिसावं, तसं झालं. एक पाय दाराच्या बाहेर असतानाच धनपाल अण्णा मोठ्यानं म्हणाला, "या मांजरेकाका, बसा... का येणं केलं?"

"आलोय जरा एक काम घेऊन," असं म्हणत मांजरेकाका भिंतीला टेकून बसायचं, ते समोरच्या डेस्कजवळ येऊन बसला. हातातली काठी त्यानं भुईला आडवी ठेवली आणि मान वर करून तोंडाकडे बघत तो म्हणाला, "धनपाल अन्ना, तार करायची हाय बगा..."

"असं?" असं म्हणून धनपाल अण्णाही आरशात बघावं, तसं मांजरेकाकांच्या तोंडाकडे नुसता बघत राहिला. जनावर बघितल्याबरोबर हेड्यानं पारख करावी,

तशीच त्याची नजर होती. नुसतं जरा असं न्याहाळून बघितलं, की म्हैस किती दूध देणार याचा त्याला अंदाज लागत होता. नजर सराईत झाली होती. एखादं गिऱ्हाईक आलं म्हणजे ते का आलं असावं, त्याची कुवत किती असावी, त्याची धाव कुठवर असेल आणि किती खणलं म्हणजे पाणी लागेल, हे त्याला न सांगता एका झटक्यात कळत असे. त्याला माणसाची पारखच दांडगी होती. धनपाल अण्णानं एका क्षणात त्याची परीक्षा केली आणि उलटा सवाल केला,

"तार करायची?"

"व्हय!"

"कुणाला करायची?"

"पोराला करायची बगा.."

"असं...?" असं म्हणून त्यानं परत एकदा त्याचा चेहरा नीट न्याहाळला आणि विचारलं,

"काय म्हणून करायची?"

"काय न्हाई," असं बोलून मांजरेकाका डोळे झाकून खाली बघत म्हणाला, "अशानं अशी करायची बघा... म्हणावं तुझं पंधरातीन वारात टपाल न्हाई, फिपाल नाही. आम्ही हिकडं काळजीनं मरायला लागलोय. तवा नुस्तं कसं हाय, हे कळीव म्हनायचं. खुशाली कळवायला सांगायची बघा... ताबडतोब येवढं कळीव म्हनायचं... काय?"

त्याच्या या बोलण्याचा धनपाल अण्णाला एकूण सगळा रोख कळला. ही लढाई सुरू झाल्यावर पोराच्या काळजीनं मांजरेकाकांची काय दशा झाली असेल आणि काय तऱ्हेची चिंता लागली असेल, हे समजून चुकलं. उडत्या पक्षाची पिसं मोजणारा माणूस तो! इथं खणायला चांगला वाव आहे, याचा त्याला लगेच अंदाज आला आणि ही तार थोडक्यात पाडायची नाही, होता होईल तेवढी लांब पल्ल्याला नेऊन भिडवायची, अशी त्यानं मनात जुळणी केली. का करणार नाही? माणसाची चिंता जेवढी मोठी, तेवढा आपला लाभ मोठा, हे त्याचं अनुभवसिद्ध गणित होतं. आणि हा गडी काही साधा नव्हता. धनपाल अण्णा म्हणजे लोणी जोखणाऱ्या माकडाच्या औलादीचा होता! गावाला हे ठाऊक होतं, पण हे माहीत असूनही लोण्याचा गोळा घेऊन मांजरं नेमकी त्याच्याकडे जायची. कुणाचं भांडण, कुणाचा तंटा, कुणाचा कज्जा, कुणाचा खोकला अशी कामं चालून घराकडं यायची. मग तो तरी काय करणार! दुसरं काही करायचं कारणच त्याला नव्हतं. घरबसल्या झकास धंदा चालला होता. शिवाय बिनमेहनती आणि बिनभांडवली! शेती करायची, तर अंग मोडून राबावं लागतं. दुकान घालायचं, तर भरपेट भांडवल घालावं लागतं. मग त्यापेक्षा हे काय वाईट होतं! साधं कुणाचं दोन-एक ओळींचं कार्ड लिहिलं तरी

दोन-चार आणे मिळत होते. वकील गाठून दिला आणि कोणत्या कामात वशिला लावला, तर शे-दीडशे सहज काढता येत होते. महिन्याकाठी दोन-अडीचशेला मरण नव्हतं. गेल्या दहा वर्षांत त्यानं हा चांगला जम बसवला होता. पाच हजार वस्तीच्या गावात एवढा जम बसल्यावर त्याला आता काय चिंता होती? लोक 'अण्णा' म्हणत आपण होऊन घरी येत होते. असा हा धनपाल अण्णा मांजरेकाकांचा चेहरा न्याहाळत विचार करत होता... 'ही तार कुठवर नेता येईल आणि काय कमाई करता येईल?' लांब पल्ला नजरेपुढे ठेवून त्यानं आपली चाल सुरू केली, "पोरगा कुठं काश्मीर फ्रंटवर हाय न्हाईका?''

"व्हय. तिकडं कासमिरातच हाय... ह्यो बगा त्याचा पत्ता.'' असं म्हणून त्यानं पत्ता लिहिलेला एक कागद धनपाल अण्णाच्या हातात दिला. त्यानं तो पत्ता नीट न्याहाळल्यागत केला. खरं म्हणजे त्यावर गावाचं नाव नव्हतं. मिलिटरी नंबर होता, पण धनपाल अण्णा म्हणाला,

"मांजरेकाका, अहो, ही काश्मिराची तिकडची सरहद्द आली.''

"असं न्हाई का?''

"तर! पार पाकिस्तानलाच जाऊन भिडलंय बघा.''

मान डोलावून म्हातारा म्हणाला,

"बघा किती लांबचा पल्ला गाठला ह्यो!''

तोच धागा हातात घेऊन धनपाल अण्णा म्हणाला, "लांब? अहो, काय तरी दोन अडीच हजार मैलाला गाठ आली हो!''

हे ऐकून मांजरेकाका नुसतं तोंड उघडं ठेवूनच ऐकत राहिला. धनपाल अण्णा सांगत होता –

"ही तार कशी कशी जानार ठावं हाय काय?''

"हितनं पुणं-पुण्यापासनं मुंबई. मग मुंबईसनं एकदम दिल्ली आणि दिल्लीसनं थेट काश्मीर. आणि काश्मीरासनं मग फुडं ती सरहद्दीवर जाणार! काय फेरा पडला म्हनायचा ह्यो?''

"तर हो! कुनीकडच्या काय फेरा म्हणायचा ह्यो! लांबचा पल्ला झाला की!''

"तरी मधली गावं सांगितली न्हाईत.'' भाबडेपणानं त्यानं विचारलं,

"म्हंजे मधी आनि गावं लागत्यातच न्हाई का?''

"लागतात तर?'' असं म्हणून तो बोलला, "आता हेच बघा की – मुंबईसनं तार जर पंजाबमेलनं दिल्लीला निघाली; तर ग्वाल्हेर, झाशी, भोपाळ, राजस्तान ह्या सगळ्या मुलखातनं जाणारच ती. मधली गावं सोडणार कुठं?''

"म्हंजे बराच मुलूख तुडवून जावं लागतंय म्हना!''

"तर काय जवळ हाय व्हय ते?'' असं विचारून धनपाल अण्णाच म्हणाला,

“उगाच सरकारनं आपली तारंची सोय केलीया म्हणून हे जमतंय, न्हाई तर काय जमणार?”

“तर हो, तातडीनं गडी सोडून काय काम हुणार? औंदा निघाला तर फुडच्या सालाला पोचायचा.”

“अस्सं!” असा दुजोरा देऊन धनपाल अण्णानं विचारलं, “मग काय करायचं? तार करायची का कसं?”

“त्यापायी तर आलोय, आन असं का विचारता?”

“न्हवं, म्हंजे हे काय हाय लांबचा पल्ला आला... जरा खर्चाचं कलम हाय.”

“असं ना? पोरापरीस काय पैसा ज्यास्तीचा झालाय काय?” असा सवाल करून त्यानंच विचारलं, “सादारन काय घरात जाईल म्हणता?”

म्हाताऱ्यानं मुद्याचाच प्रश्न विचारल्यावर किती रक्कम सांगावी, हा धनपाल अण्णालाच प्रश्न पडला. दहावीस तर सहज निघतील, पण येवढं खणल्यावर पाणी बक्कळ लागायला पाहिजे, असं त्याला वाटलं. पण नेमका त्याचाच अंदाज करता येईना, म्हणून त्यानंच उलटा सवाल केला, “मांजरेकाका, तुमची तयारी कुठवर हाय हे तर कळू द्या...”

“आमच्या तयारीचं काय हो? काय खर्च येणार हे सांगा, म्हंजे मग तशी तयारी करू. आमच्या तयारीवर ह्या खर्चाचं गणित आखता येतंय काय?”

“ते काय न्हाई खरं. पर तुमाला झेपंल का न्हाई हे बघावं म्हटलं...”

“ते काय बघायचं न्हाई. तार करायची, तर मग लागेल ते घालाया नको? आता मागं हटायचं नाही बघा... काय कमी पडलं तर दुसऱ्यापासून उसनंपासनं घेऊ... मग झालं?”

एकूण तयारी जोरात आहे, असं कळल्यावर धनपाल अण्णानं मनात चांगलं शंभरचं गणित आखलं आणि तो म्हणाला,

“मांजरेकाका, ही जर तार करायची तर आता हिशोब करून सांगतो बघा तुम्हाला. हितनं पुनं पाच रुपये... मुंबई पाच... ग्वाल्हेर पाच, इंदूर पाच..भोपाळ पाच... राजस्थान पाच, मथुरा पाच... दिल्ली पाच... ही सगळी गावं काय मला पाठ न्हाईत, पण ती कोष्टकात सापडतील. ते बघू... म्हंजे साधारन शंभर रुपये तर लागनार बघा...”

हा आकडा ऐकून मांजरेकाका हबकला. एकवार तोंडाकडे बघून नीट न्याहाळल्यागत केलं आणि मग भुईच्या जाजमाच्या दशा काढत तो कसाबसा बोलला, “एकदम शंभर म्हंजे भलतंच झालं की हो हे! मला वाटलं धा-पाच रुपयात गनित बसंल!”

“ते बरोबर हाय... पाच-दहा रुपयात साधी तार करता येती. पर एक तर ह्यो मुलूख लांबचा पडला... त्यात हा लढाईचा टाईम!”

म्हाताऱ्यानं विचारलं,

"त्येचा नि ह्येचा काय संबंध?"

"संबंध नसता तर?" असं म्हणून धनपाल अण्णा बोलला, "लढाईच्या ह्या काळात आपल्या तारा महत्त्वाच्या का त्यांच्या? सेनापतीनं जर मिलीट्रीला तार केली असली, तर ती आधी जाईल का आपली?"

"तीच आधी जाणार..."

"तसं होऊ नये म्हणून आपुन अर्जंट आणि पेशल तार करायची!"

"ती कसली?"

"अर्जंट म्हंजे तातडीची आणि पेशल म्हंजे खास! अशी तार एकदा सुटली, म्हंजे बाकी सगळ्या तारा जिथल्या तिथं रोखल्या जातात... म्हंजे ही तार आधी जाऊन पोचणार. मग बाकीच्यांचा कारभार..."

"असं हाय न्हाई का?"

"तर! हे बघा मंत्र्यांची गाडी ह्या वाटेनं जाणार असली, तर बाकीच्या गाड्या थोपवून धरत्यात का न्हाई?"

"व्हय की, ते कसं जाऊ देतील?"

"हे अर्जंट आणि पेशल तारेचं तसंच हाय बघा. त्यापाई त्याला आकरणी जास्त पडती. त्यात बी काय हाय, ह्यो लडाईचा टाईम हाय..." असं म्हणून तो सांगू लागला, "तुमचं पोरगं कुठं हाय हे काय सांगता येतंय काय? त्याला काय पेठ हाय का अमुक एक गल्ली हाय, काय ठरावीक घरनंबर हाय? कुठं बी कँप असा डोंगरात न्हाई तर जंगलात असणार."

पटल्यागत करून म्हातारा म्हणाला, "व्हय की..."

"मग? त्यो असणार असा जंगलात, त्यात आता बाँब टाकाया लागल्यात म्हंजे धोका दांडगा आला का? आपल्या लोकांनी चरी खणलं असतील. बाँब लागूने म्हणून खड्ड्यात उबं पडून ऱ्हात्यात हो."

हाही भाग मांजरेकाकाला पटला. मान डोलावून तो म्हणाला, "हे बरोबरच हाय... बाँबगोळं पडलं का म्हंजे ते फुटून त्याचं तुकडं उडत्यात... त्यातच माणूस जायबंदी हुतो... तसं होऊने म्हणूनच त्या चरी खणलेल्या असतात... गप आपलं खड्ड्यात जागा धरून जिथल्या तिथं पडून ऱ्हात्यात बगा..."

"मग असा जर तुझा म्हादा कुठं खड्ड्यात जागा धरून पडला असला, तर त्याला तार मिळणार कशी?"

"ती कशी मिळायची हो?"

"तेच सांगतो.." असं म्हणून धनपाल अण्णा म्हणाला, "त्यासाठीच अपून ही पेशल तार करायची आणि काश्मीरच्या फुडं तारेला मानूस जोडायला सांगायचा."

“अशी बी सोय करता येती म्हणा...”

“पैसा असल्यावर सगळं करता येतंय... असा माणूस जोडला म्हंजे मग त्यो तार घेऊन डोंगरात जाईल न्हाई तर जंगलात जाईल... आता तिथं जर बाँबच्या भ्यानं सगळी चरी धरून बसली असंल, तर तोंडानं पोराच्या नावाचा पुकारा करत त्याला हिंडावं लागणार... ‘म्हादा... म्हादा’ करत त्यो खड्डं बघतच जाणार की ...त्याचं काम किती अवघाड?”

“तर त्याचा जीव तिथं धोक्यातच असणार!”

“अस्सं! मग त्याला चार पैसे मिळायला नकोत? त्योच एक पन्नास रुपये घेतोय. त्याला येवढं द्याला नकोत.”

म्हातारा झटक्यात म्हणाला,

“तर! अहो, एवडा धोका पत्करून काम करायचं तर पन्नास काय जास्त झालं? बायकूचा कुक्कू पुसूनच त्याला भाईर पडावं लागत असंल आन्!”

“मग ते पन्नास अन् हे एक पन्नास असा मेळ बसलाच की शंभराचा... मग काय करायचं बोला...”

वेळ न लावता मांजरेकाका म्हणाला –

“तार करायचीय. घरात किती हैत बघतो. न्हाईतर जुळनी करून घेऊन येतो. तुमी निघायच्या तयारीत असा.” असं सांगून मांजरेकाका उठला आणि लगोलग आधी घरी आला. घरातल्या उतरंडीत पन्नास रुपये सापडले. म्हणजे अजून पन्नास रुपयांची जुळणी करणं भाग होतं. वेळ न दवडता तो तसाच बाहेर पडला आणि सरळ देसाई मास्तरांच्या घरी गेला. ती त्याच्या अगदी खात्रीची जागा होती. मास्तरांनी त्याला विचारलं –

“का काका, काय विशेष?”

मांजरेकाका म्हणाला,

“आमची जरा एक नड काढा... रुपये एक पन्नास द्या. माझ्याजवळ पन्नास हैत. तुमी पन्नास दिला म्हंजे शंभराची भरती होती.”

मास्तरांनी विचारलं,

“काय, खरेदी करता काय?”

“न्हाई. पोराला तार करायची हाय.”

मास्तर चकित झाले. तोंडाकडे बघतच राहिले आणि त्यांनी विचारलं,

“त्याला शंभर रुपये काय करायचे? तार करायला शंभर रुपये काय पडतात म्हणून कुणी सांगितलं?”

“धनपाल अण्णा हो आपलं... त्यांनी सगळा हिशोब करूनच सांगितलंय मला.”

"असं का? तार करायला शंभर रुपये?"

"अर्जंट आणि पेशल करायची हाय!"

"बघू, चला... मीच विचारतो त्याला."

मांजरेकाका एकटा न येता देसाई मास्तरांना बरोबर घेऊन आला, तेव्हाच धनपाल अण्णा मनात चरकला आणि मास्तरांनी मांजरेकाकासमक्ष त्याला विचारलं,

"धनपाल अण्णा, ही कसली तार बाबा? रानात कूप घालायला काटेरी तार घ्याची आहे काय? किती बिंडं घेणार आहे?"

मांजरेकाकाला याचा उलगडाच होईना आणि धनपाल अण्णा येवढंच म्हणाला, "मास्तर, माझं शंभर रुपयाचं कलम तुमी घालविलं हे काय बरं केलं न्हाई!"

❏

उपदेश सुतार

भाया सुतार म्हणजे गावातली एक नमुनेदार व्यक्ती होती. सकाळी उठल्यापासून रात्री झोपेपर्यंत दुसऱ्याला सल्ला देणं एवढंच त्याचं काम होतं. लहानांपासून थोरांपर्यंत कुणालाही तो मोफत सल्ला देई. ऐन हंगामात आणि तापद्र्यांतसुद्धा सल्ला देण्याचं काम तो नेमानं बजावत असे. यासाठी लोकांनी उठून त्याच्या घरी जाण्याची आवश्यकता नव्हती. तो चार-आठ दिवसांनी आपण होऊन लोकांच्या घरी जायचा आणि बसल्या बसल्या सल्ला देऊन मोकळा व्हायचा. तो एकदम बोलू लागला, की दिवसभर बोलत राहायचा. त्याच्या अंगच्या गुणांवरून गावानं त्याचं मूळ नाव बदलून, त्याला एक नवीन नाव दिलं होतं. भाया सुतार या प्राण्याला सारं गाव 'उपदेश सुतार' असं म्हणू लागलं होतं. या नव्या नावाला जागून तोही आपलं काम अधिक नेटानं बजावू लागला.

असा हा उपदेश सुतार एक दिवस सकाळीच उठून आबा देशपांड्यांच्या वाड्यावर आला. या वेळी आबा ओसरीवर बसून नातवंडांना खेळवत होते. सुताराला बघून ते मोठ्याने म्हणाले, ''या उपदेशराव! फार दिवसांनी फेरी मारली?''

आबांनी बाह्यात्कारी त्याचं स्वागत केलं, पण मनातून ते चरकले होते. आता हा प्राणी दिवसभर हलणार नव्हता!

''आलो झालं सहज!'' असं म्हणत सुतार ओसरीवर येऊन बसला आणि पानपुडा पुढं ओढून म्हणाला, ''कसं काय चाललंय आबा? काय म्हनती प्रकुरती आता?''

प्रकृतीचं नाव काढताच आबा जरा हवालदिल झाले. चेहरा कसनुसा करून ते म्हणाले –

''कशाची प्रकृती आणि कसलं काय?''

''काय झालं हो, आबा?''

''काय व्हायचंय? वय झालं आता आमचं. नातवंडं बघितली, सगळं झालं.

आता काही फार दिवस हे शरीर साथ देईल, असं वाटत नाही.''

आबा असे निराश झालेले दिसताच सुतार पुढं झुकून म्हणाला, ''काय झालंय तुमच्या बावडीला? चांगली बेस दिसतीया तब्बेत! अजून धा-वीस वर्षं डोळे झाकून जगा.''

''तू सांगतोस म्हणून जगायचं होय?''

''तसं न्हवं, पर काय धाड झालीया तुमच्या प्रकुरतीला?''

आबा सांगू लागले, ''अरे, वरून दिसायला चांगली दिसतेय, पर आतनं इमारत पोखरून गेलीय आता.''

''काय झालंय पोखरायला?'' असं रोखठोक विचारून सुतार आबांना धीर देऊ लागला, ''तसं काय भ्याचं कारन न्हाई, आबा. झकास हाय तब्येत तुमची! अजून इस-तीस वर्षं तरी तुम्हाला डग न्हाई.''

सुतार जीवन-मरणासंबंधी इतकं उघड बोलू लागला, तसे आबा बोलायचे थांबले आणि आपल्या तळहातावरची आयुष्यरेषा पारखू लागले. साठी ओलांडून सत्तरीला आलेले आबा मरणाचा शांतपणे विचार करू लागले.

ते फारच विचारमग्न झालेले बघून सुतार म्हणाला, ''आबा, एकेक दीड-दीडशे वर्षं जगत्यात. त्या मानानं इच्यार केला तर तुमचा पल्ला अजून लई लांब आहे.''

पुन्हा मृत्यूचीच भाषा ऐकून आबांची वाचा बंद झाली. ते आपल्या नातवंडांची तोंडं बघत बसून राहिले. तसा सुतार बोलला,

''आत्ता कुठं तुम्हाला नातवंड झाल्यात. अजून पनतू आणि खापरपनतू बघितल्याबिगार कुठं जाताय?''

''अरे, बोलावणं आलं तर जायला नको?''

''अहो, पर बोलावनं येईलच कसं?''

''कसं येईल म्हणजे?''

''अवो आबा, पुन्यवान मानूस हैसा तुम्ही! तुम्हाला काय व्हायचं न्हाई बघा. पैलं मानूसच असं! बक्कळ आयुष्य!'' पहिल्या माणसाचं आयुष्यमान कसं बक्कळ असतं, याचे काही पुरावे देत सुतार पुढं म्हणाला, ''आपला त्यो रामा कुंभार – शंबरीला आलाय, पर अजून मरतोय का बघा की!''

आबा म्हणाले, ''जगतोय तर जगू दे बिचारा! त्याला का माराया लागलाहेस?''

''न्हाई, जगू द्या हो त्यो! त्याबद्दल माजी काय तकराद न्हाई. पर आपलं सांगितलं.''

एकंदरीत या जीवन-मरणाच्या फेऱ्यातनं काही लौकर सुटका होण्याचं लक्षण दिसेना. आबांनी विषय बदलण्याचा पुष्कळ प्रयत्न केला, तरी मूळ मुद्दा विसरायला

सुतार काही तयार होईना. तसे आबा म्हणाले, ''तशी औषधं चालू आहेत. भिण्याचं काही कारण नाही. जगीन तू म्हणतोस त्याप्रमाणं.''

आबांना वाटलं, सुतार आता तरी दुसऱ्या विषयावर बोलायला लागेल. पण तो म्हणाला,

''हां! आबा, ह्या औशीदाच्या नादाला अजाबात नका लागू. एक तिथं दोन भाकरी खावा, पर त्या गोळ्याफिळ्या काय घेऊ नका.''

आबा खुलासा करू लागले, ''अरे बाबा, सध्या ह्या औषधावर तर मी जगतो आहे.''

''त्येच चुकतंय! अन्नावर जगाय पायजे. आपला रामा कुंभार काय औशीदपानी घेतोय काय? बघा त्याची बावडी, नुसती पोलादागत ठनठनीत हाय!''

''मग काय, औषध बंद करावं म्हणतोस?''

''बेशक! एकदम बंद कराच करा.''

''आणि औषध बंद करून काय करू?''

''व्यायाम करा. व्यायामासारखं दुसरं औशीद न्हाई.'' सुतार उपदेश करू लागला. ''आपलं औंधकर कशावर जगत्यात? निस्ता सकाळ-सांचा व्यायाम बघा.''

आबांनी विचारलं, ''अरे, पण या वयात आता व्यायाम झेपेल का मला?''

''झेपतोया आपुनच! व्यायामावर तडाखा मारा. त्याचं काय हाय! ते एक गणित हाय.''

''कसलं गणित म्हणतोस?''

''गणित असं हाय – व्यायाम केला की अंगात ताकद येती आणि अंगात ताकद आली म्हणजे व्यायाम झेपतो.''

व्यायामाचं गणित असं सोपं होतं. भायाच्या दृष्टीनं ते कुणालाही जमण्यासारखं होतं. त्याला वयाचीही अट नव्हती. हे गणित सांगून झालं आणि भायानं हळूच एक प्रश्न विचारला, ''आबा, तुमी बिनदेठांची वांगीबिंगी खाता का न्हाई?''

त्या सोज्वळ माणसाला बिनदेठांची वांगीबिंगी हा प्रकार काही माहीत नव्हता. आबांनी विचारलं,

''बिनदेठांची वांगी कशी असतील रे?''

''अहो, पांढरी वांगी हो!''

''पांढरी वांगी?''

काही प्रकाश पडेनासा झाला हे पाहून सुतार अनमान न करता म्हणाला, ''अहो बाबा, ही वांगी म्हणजे एक टोपन नाव हाय. आपलं अंडं हो कोंबडीचं.'' असं म्हणून तो हसायला लागला. तसे आबा रागाने म्हणाले,

"अरे मी ब्राह्मण आहे.''

"ब्राह्मन असा न्हाई तर आनि कोन असा, अंडं खायला काय होतंय? अंडी म्हनजेसुद्धा एक भेंडीगत शितळ पदार्थ हाय.''

"अरे पण धर्म काय म्हणेल आमचा?''

"त्यो काय म्हनतोय! एकेका देवाला बकरं लागतंय, आणि तुम्हाला अंडी खायला काय अडकाठी हाय? अवो, अंडी म्हंजेसुद्धा एक फळभाजीच हाय. डोळं झाकून खावा.''

"मग काय, खाऊच म्हणतोस?''

"अवो, त्याचा गुन तरी बघा. गाजराच्या बुडक्यागत दिसाय लागता का न्हाई बघा!''

आबा विचार करत बसले. बोलणं थांबलं, तसं सुताराचं लक्ष आबांच्या हाता- पायाकडे जाऊन तो म्हणाला, "आबा, अंगावर काय उठलंय हो? सगळं लालभडक झालंय.''

"गेल्या आठ-पंधरा दिवसांत हे असंच होऊ लागलंय.''

विचार केल्यागत करून सुतार म्हणाला, "बरोबर हाय! उष्णता भडकलीया! एक दोन पेनशिलीन ठोका की हो. आत्ता उष्णता पळतीया बघा.''

इतक्या तडकाफडकी सुतार डॉक्टरी उपाय सांगू लागला, तसे आबा म्हणाले, "ही डॉक्टरकी केव्हापासून शिकलास रे?''

"त्याला शिकाय कशाय लागती? गावात डॉक्टर न्हाईत का? त्यांचं बघून सांगतो हो तुम्हाला.''

"अरे, मग त्यांचंच औषध चालू आहे की. त्यांनी का नाही दिली इंजेक्शनं?''

"हांऽऽ'' असा लांब सूर ओढून सुतार म्हणाला, "ह्यात तर त्याची सारी खुबी हाय! अहो, आज पेनशिलीन ठोकावं तर उद्या लगेच तुम्ही बरे होणार. रोगी बरा होऊन मग डॉक्टराचा फायदा काय?''

एकंदरीत भाया सुताराचं ज्ञान अगाध होतं. डॉक्टरी पेशावरील त्याचं हे बोलणं ऐकून आबासुद्धा विचार करू लागले, तसा आपला विषय बदलून सुतारानं विचारलं,

"काय आबा, पिकं काय म्हनत्यात?''

"कशाची पिकं आणि काय?''

"काय झालं हो?''

"ज्वारीवर चिकटा पडलाय. तर तंबाकूवर मावा पडलाय!''

भायानं लगेच सांगितलं, "अवो, मग गप का बसलाय?''

"तर काय करू म्हणतोस?''

''बोर्डी मारा की. पीक आत्ता सुधारतंय बघा!''

''तोच विचार चाललाय. शेतकी-अधिकारी काय म्हणतात, ते बघून उपाय योजना करायचीय.''

''अवो, ते काय म्हनत्यात ह्याची कशाला वाट बघाय लागलाय? डोळं झाकून बोर्डी मारा की.''

भायानं पिकांवर पडणाऱ्या रोगावर आणि किडीवर झकास माहिती दिली. फंगस म्हणजे काय, तुडतुड्या हे नाव कसं पडलं, मावा पडतो म्हणजे काय होतं, या सगळ्यांवर काय उपाय करायचा, याची सविस्तर माहिती तो सांगू लागला. तसे आबा कंटाळून म्हणाले, ''उपदेशराव, आता जावा घरला. नाहीतर बायकोचं समन्स येईल तुझ्या.''

''व्हय त्येच्या आयला! ती एक बेलीफच हाय. कुठं एक घटका निवांत बोलत बशीन म्हनायची सोय न्हाई. तिला कित्ती उपदेश केला, तरी तिचा गुन काय जात न्हाई.''

आबा तगादा लावून म्हणाले, ''ऊठ, ऊठ आता. नाही तर बायको तोंड वाजवत येईल बघ इथं.''

बायकोच्या दहशतीने सुतार उठून उभा राहिला, पण तेवढ्यात त्याला कसली तरी आठवण होऊन तो पुन्हा खाली बसत म्हणाला,

''आलतो का आणि निगालो का?''

आबांनी विचारलं, ''का आला होतास?''

''अवो, तुमच्या नव्या जावयास्नी बघाय आलतो. त्ये आल्यात म्हनून कळलं. म्हटलं भेटून तरी यावं.''

मग आबांनी आपल्या जावईबुवांना हाक मारून बाहेर बोलावलं. पट्ट्या पट्ट्यांची विजार घातलेले जावई बाहेर आले आणि सुतारानं झटक्यात प्रश्न टाकला, ''काय जावईबापू, आतच काय कराय लागलाय?''

अशाच इकडच्या तिकडच्या थोड्या गप्पा झाल्या. कुठं असतात, काय असतात हे विचारून झालं आणि सुतारानं मोकळ्या मनानं आपलं मतप्रदर्शन केलं,''आबा, जावई तरतरीत हैत. बावडीबी झनझनीत हाय.''

यावर काय बोलावं हे कळेनासं होऊन आबा गप्प बसून राहिले, पण सुतारानं उपदेशाला आरंभ केला, ''पावनं तुमी वकिली करा. तुमचा चेराबी छाप पाडंल असा हाय. वकिली बेस चालंल बघा.''

आबा आणि जावई दोघंही हसू लागले. तसा उपदेशराव म्हणाला, ''खोटं न्हाई सांगत. खरंच, वकिली चांगली चालंल बघा.''

आबा हसताहसता म्हणाले, ''अरे, ते एम.बी.बी.एस.ला बसलेत या वर्षी.''

“मग त्येला काय हुतंय?” असं म्हणून सुतार सांगू लागला, “खरंच पावनं, तुम्ही मागंफुडं न बघता सरळ कोर्टात जाऊन वकिली कराय लागा.”

आबांनी त्याला एम.बी.बी.एस.ची परीक्षा म्हणजे काय, हे समजावून सांगितलं.

“हे आता डॉक्टर होणार आहेत.” आबा शेवटी म्हणाले.

“छे छे! त्यात काय अर्थ न्हाई.” असं म्हणून सुतार बोलू लागला,

“डक्टार काय गल्लोगल्ली झाल्यात. जे ते उठून नाडी बघाय लागलंय. त्यात काय चव ऱ्हायलीया का?”

“अरे मग वकीलसुद्धा गल्लोगल्ली पाटी लावून बसलेले आहेतच की!”

सुतार म्हणाला, “अहो, वकील आसलं तरी समाजात माऱ्यामाऱ्या, खून, भांडनतंटा ह्याला काय तोटा हाय का? न्हाई पावनं, तुम्ही अंगात काळा कोट घालून सरळ कोर्टात हुबा ऱ्हावा. पक्षकार आपुनहून येतोय का न्हाई बघा.”

वकिली हा एक वेगळा कोर्स असून जावयांनी डॉक्टरकीचा अभ्यास केला आहे, आता वकिली करता येणार नाही, हे नीट समजावून दिल्यावर सुतार पटल्यागत करून म्हणाला,

“असं हाय व्हय? अवो आबा, न जमंना का! मी पक्षकार आनतो की! पयल्यांदा न्हाई जमनार. फुडं जमलं न्हाई तरी कुठं सगळ्यास्नी चांगली वकिली जमती? पैसा मिळाला म्हंजे झालं. त्याचं काय हाय, कालर ताठ करून रुबाबात जरा बोललं म्हणजे वजन पडतंय हो! भाषन जोरदार करायचं!”

या उपदेशाचा काही उपयोग होईनासा दिसून आल्यावर सुतार म्हणाला – “मग काय डाक्टारकीच करायची म्हनता व्हय? अवो, मग असं का करत न्हाई?”

आबांनी विचारलं, “काय करायचं म्हणतोस?”

“न्हाई, म्हणजे हितंच एक वरीसभर काढा की. कसं झालं तरी सासरेबुवांचं घर हेच. तवा हितंच ऱ्हावा.”

“इथं कशाला?”

“म्हणजे काय हाय, आपलं देसाई वैद्यांच्या हाताखाली एक वरीसभर काढायचं, ते काय इंग्रजी शिकल्यालं न्हाईत, पर नामांकित हैत. मी वाटल्यास त्यांच्याकडं वशिला लावतो.”

जावयांनी विचारलं, “कशाला वशिला लावायचा?”

“न्हाई, म्हनजे हाताखाली ठेवून घेण्यापायी हो. मातुर त्यांचं काय हाय – पैले चारसा म्हैनं निस्त्या पुड्या बांधाय शिकवत्यात. कोंचंबी पद्धतशीर शिक्षान दमानंच घ्याया नको?”

जावई बोलके झाले, त्यांनी खोदून विचारलं –

“आणि पुढच्या चारसहा महिन्यांत काय करायचं?”

सुतार सांगू लागला, ''पैले सा म्हैनं पुड्या बांधून झालं म्हनजे मग आपल्या मनानं एखादी गोळीबिळी देऊन बघायची. मंग जरा जरा धाडस करायचं म्हना ना.''

''मग आपणहून गोळी द्यायची होय?''

''त्ये का? अधनंमधनं इचारायचं त्यास्नी. त्यांचा सल्ला घ्यायचा. अशा गोळ्याबिळ्या मनानं देऊ लागला, म्हणजे एखादं पेनशिलीन ठोकून बघायचं. आपली सुई टोचायची हो!''

जावयांनी विचारलं, ''असे किती दिवस काढायचे?''

''आपल्याला पंख फुटून उडाय येईतोवर काढायचे. एकदा उडाय आलं, की मग कशाला ऱ्हायचं?''

जरा थांबून तो म्हणाला, ''महत्त्वाचं म्हणजे सुई टोचाय आली पायजे बघा. जरा कापाकापीबी जमवायची. ह्ये एक डाव शिकून घेतलं की मग कुटंबी जावा. एका हातात कुप्पी आणि दुसऱ्या हातात सुई घेऊन रस्त्याच्या कडंला जरी हुबा ऱ्हायला, तरी रोगी चालत ईल तुम्हाकडं, मंग काय? ऱ्हाता का एक वरीसभर हितं?''

जावईबुवा हसायला लागले आणि आबा लाल होऊन म्हणाले, ''जा आता घरला. बारा वाजून गेले. बायको वाट बघत असेल तुझी.''

''खरंच की! इसरूनच गेलतो बघा.'' असं म्हणून उपदेश सुतार घाईघाईनं उठला आणि आपल्या घराकडे चालू लागला. तो गेला, तसे आबा आणि जावई पोट धरधरून हसू लागले. हसताहसता त्या दोघांच्याही डोळ्यांत पाणी येऊन काही दिसेनासं झालं आणि नुसते शब्द ऐकायला आले –

''आबा, मी पाच मिंटंच बसलो होतो का न्हाई हो हितं?''

डोळ्यांतलं पाणी पुसून आबांनी नीट निरखून बघितलं, तर उपदेश सुतार पुन्हा हजर!

पण आता तो एकटा नव्हता. पदर खोचून त्याची बायकोही आली होती. ती लगबगा पुढं येऊन म्हणाली, ''आमचं हे किती येळ बसलं होतं हितं?''

काय सांगावं, ही पंचाईत पडली. तसा सुतारच पुढं होऊन म्हणाला, ''आगं चल, शानी हैस. लोकांम्होरं काय बोलावं तुला कळतं का?''

''आता ह्यांच्याम्होरं करू तरी कसं?'' असं म्हणून ती बाई एकाएकी कपाळ बडवून घेऊ लागली आणि तिच्या तोंडाचा पट्टा सुरू झाला. तसा हडबडलेला सुतार खाली बसून, कपाळाला हात लावून म्हणाला – ''साऱ्या जगाला उपदेश करणारा मानूस मी! पर बायकुफुडं काय मात्रा चालत न्हाई!'' वैतागून गेलेली ती बाई नवऱ्यापुढं बसून म्हणाली, ''गावभर उपदेश करीत तुम्ही हिंडतासा आणि मग मी तरी काय घोडं मारलं? आजपास्नं मीबी ह्योच धंदा करनार. पैला उपदेश तुम्हाला!''

"बरं झालं! मला उपदेश करनारं अजून कोन भेटलं नव्हतं. सांग, काय सांगायचंय त्ये!"

ती म्हणाली, "पैला उपदेश ह्यो की बायकूच्या गळ्यात एक चिठ्ठी बांधून तिला सोडून द्या, म्हणजे तुमच्या उपदेशबाजीला जोर चढंल."

"बरोबर हाय! फुडं?"

"फुडं माझं कपाळ! असं म्हणून ती उठली आणि चालू लागली. तसा तो म्हणाला, "कुठं निगालीस गं?"

"आता दुपारपात्तूर तुम्ही निम्म्या गावाला उपदेश केला आसंल, आता ऱ्हायल्याला गावाला मी करायला जाते."

ती निघून गेली, तसा सुतार म्हणाला – "बरं झालं गेली ब्याद ते! कोन जायला बसलाय घरला? जिथं बोलत बशीन तिथं देव भाकरी देतोय मला! कुनाला पायजे बायकू आनि पोरं? काय आबा?" असं म्हणून सुतार पुन्हा ओसरी चढून वर आला आणि आबांच्या पुढं बसून संसार, नवरा-बायको, पोरं-बाळं या विषयांवर त्याचं बोलणं सुरू झालं. आबा काही सांगण्याचा प्रयत्न करू लागले, पण त्यांना एक शब्द बोलू न देता सुताराची गाडी फास्ट सुटली.

जेवणवेळ झाली तसे आबा म्हणाले, "चल, जेव चल."

उपदेश सुतार आबांच्या पंक्तीला बसून झकास जेवला आणि जेवण झाल्यावर पान खाताखाता पुन्हा बोलत बसला. वाटसरू दमला, तरी वाट दमत नाही; तसे ऐकणारे दमले, पण बोलणारा दमला नाही. सुताराचं भाष्य चालूच होतं.

येवढ्यात कुणीतरी येऊन म्हणालं,

"अरं, तुझ्या बायकूनं तडकं फास लावून घेतला आणि तू हितं बोलत बसलाईस व्हय? चल, ऊठ आधी!"

बायकोनं फास लावून घेतलाय, असं कळताच सुतार उठून पळत गेला आणि आबांच्या घरातली सारी माणसं गोळा होऊन हळहळत बसली. इतक्यात सुतार पुन्हा माघारी आला. नीट ओसरीवर येऊन बसला. सगळे लोक थक्क होऊन बघू लागले आणि सुतार हसून म्हणाला,

"च्या बायली! बायकूनं ट्रिक केली हो! कुठला फास आनी काय? मी चटक्यानं उठून यावं म्हनून डांबीसपना केला. जीव द्यायचा काय फुकट हाय व्हय?" असं विचारून त्यानं 'आत्महत्या' या विषयावर सगळ्यांदेखत नव्यानं बोलणं सुरू केलं आणि चकित होऊन सगळे ऐकत बसले. सुताराची उपदेशाची गाडी पुन्हा सुरू झाली!

❒

वळण

आमच्या जुन्यापुराण्या घरात पूर्वापार चालत आलेल्या सुभाषितांचा मोठाच ठेवा होता. घराला अनेक तुळया होत्या. त्यांना निश्चित असा एक आकार नव्हता आणि त्या काळच्या सुतारानं त्यावर रंधा मारला होता की नाही, कोण जाणे! काही तुळया मध्येच वाकल्या होत्या – म्हाताऱ्या माणसाची कंबर वाकावी तशा. एकदोन तुळया गलोलीगत दिसायच्या. थोडक्यात म्हणजे घर बांधायच्या वेळी आमच्या रानात जी झाडं होती, ती तोडून त्यांचे बुंधे जसे मिळाले, तसेच ते आडवे टाकले होते आणि या तुळयांवर आमच्या अण्णांनी सुभाषितांचा गिलावा चढवला होता. 'बोले तैसा चाले, त्याची वंदावी पाऊले', 'भावनेपेक्षा कर्तव्य श्रेष्ठ आहे,' 'आळस हा माणसाचा वैरी होय' अशी कितीतरी सुभाषितं त्यावर ठाण मांडून बसली होती. दसऱ्यासारख्या सणासुदीला सारं घर सारवून सुरवून स्वच्छ केलं जाई; पण तुळयांवरील सुभाषितांना धक्का लागू नये, म्हणून तुळयांना कधी कुणाचा स्पर्श व्हायचा नाही. पुढं मात्र काही दुष्ट भुंगे जन्माला आले आणि भावनेची कदर न करता त्यांनी आपलं कर्तव्य पार पाडायला आरंभ केला. एखाद्या सकाळी उठून पाहावं, तो सुभाषितातला एखादा कानामात्रा किंवा एखादं अक्षर या भुंग्यांनी गिळल्याचं दिसून येई. तिकडे आमचं लक्ष नसायचं, पण अण्णांच्या ध्यानात मात्र ही गोष्ट हटकून यायची आणि पूर्वापार चालत आलेली ही सुभाषितं जणू मृत्युपंथास लागली आहेत, या भावनेनं ते फार हळहळायचे. आपला कामधंदा टाकून ते गावच्या शाळेत जायचे आणि खडूचा एखादा तुकडा पैदा करून या सुभाषितांची डागडुजी करत बसायचे.

असं आमच्या अण्णांना काही गोष्टींचं विलक्षण वेड होतं. ते फारसे शिकलेले नव्हते, पण शिक्षणाबद्दल त्यांना फार आदर होता. आपल्या मुलांनी शिकावं, असं त्यांना वाटायचं. आणि त्याचबरोबर आणखी एक वचन ते सदा बोलून दाखवायचे. ते म्हणजे 'शरीर धड तर सारं धड.' त्यासाठी त्यांनी तालीमही बांधली होती. या

तालमीत अण्णांच्या देखरेखीखाली आम्हाला घाम गाळावा लागायचा. आणि हा घाम पुशीतच शाळेला जावं लागायचं.

शाळेत जायच्या आधी अण्णांनी आम्हाला तालमीत घातलं. त्या वेळी रांगणं संपवून मी नुकताच दुडू-दुडू धावू लागलो होतो. या वेळेपासून लाल मातीत लोळण्याची सवय लागावी, म्हणून अण्णा मला तालमीत नेऊ लागले. लंगोट कसून ते स्वत:ही आखाड्यात उतरायचे आणि आम्ही दोन्ही भाऊ त्यांच्या दोन्ही हातांशी झटण्यात हळूहळू पटाईत होऊ लागलो. अण्णा डाव्या हातानं माझ्याशी आणि उजव्या हातानं थोरल्या भावाशी छान कुस्ती खेळायचे. सुरुवातीला काही दिवस मोठी मजा वाटली. पुढं पुढं मात्र त्यातली मौज गेली आणि तालीम आमच्या स्वप्नात येऊ लागली. वेळी-अवेळी अण्णांचा पंजा तोंड ओचकारायला आल्यागत दिसू लागला. तालमीत उतरण्यापूर्वी लंगोट कसायला आम्ही मुद्दाम वेळ लावू लागलो, पण कितीही वेळ लावला तरी पुढचं मरण काही टाळता यायचं नाही. खैराच्या गाठीगत अंग असलेले आमचे अण्णा हौदाच्या मध्यभागी उभे राहायचे आणि दोन्ही अंगांनी चालून येणाऱ्या आम्हा पैलवानांच्या कानशिलावर त्यांच्या पंजाचे फडाफड आवाज व्हायचे. 'बक्कन' कुठंतरी गुद्दा बसायचा. ते एक पाय पुढं करायचे आणि गुडघ्यात पाय वाकवून धाडकन आम्ही खाली कोसळायचो.

नुसती भुईला एकदा पाठ लावून भागायचं नाही.. उठायला जरा वेळ लागला, की अण्णा ओरडायचे, ''काय लेका, झोप लागली काय? उठ आधी.''

नुसतं उठून भागायचं नाही. उठल्याउठल्या ते म्हणायचे, ''मार शड्डू!''

या वेळी आमच्या हातात बळ नसायचं. आम्ही शड्डू मारला की ते गुरकवायचे–

''ल्येका, जेवला न्हाईस आज? मार शड्डू जोरानं! आंग अश्शी! येऊंद्या आवाज!''

आम्ही शड्डू मारत राहिलो, की ते म्हणायचे, ''आज मी तुम्हाला नवा डाव शिकवतो.'' नवा डाव म्हटला की आमच्या अंगावर काटा उभा राहायचा, कारण प्रत्येक नव्या डावानं आमचं अंग हबकून निघालं होतं. एक दिवस ते म्हणाले –

''चल पोरा, तुला धोबीपछाड शिकिवतो.''

या वेळेपर्यंत मला टांगेसारखे साधेसुधे डाव माहीत झाले होते. मी शड्डू मारून चाल केली आणि कसं कुणास ठाऊक, बघता बघता अण्णांनी मला पाठीवर घेतलं आणि खांद्यावरचं बोचकं उभ्यानं टाकावं, तसं दाणकन मला खाली आपटलं. माझ्या डोक्याच्या मागच्या अंगातनं एकाएकी मुंग्या आल्या आणि भीतीनं जीव घाबरा होऊन मी किंचाळलो, ''अया ईऽऽ गं! मेलो ऽ!'' आणि आता भोकाड पसरणार एवढ्यात अण्णा म्हणाले –

''हितं कुठली ल्येका आई तुझी? चल, ऊठ आधी.'' मी न उठता तसाच

पडून राहिलो आणि जन्मदात्या मातोश्रीचा जप सुरू केला. तशी अण्णा जवळ आले आणि रागानं खाड्कन माझ्या कानशिलात मारून म्हणाले –

"ल्येका, पैलवानानं असं रडायचं आसतं का?" कानातनं येणाऱ्या झिणझिण्या थांबविण्यासाठी मी हात कानावर ठेवला आणि तोंडानं एवढंच म्हणालो –

"माझा कान –" तोच अण्णा दुसऱ्या कानावर तडाखा मारून म्हणाले, "ल्येका कान बळकट व्हायला पाहिजेत! ह्यो एक परकारचा व्यायामच हाय."

हा व्यायाम पुढं सुरू होणार, असं दिसताच मी विजेच्या चपळाईनं उठून उभा राहिलो आणि अण्णा मला विचारू लागले –

"उद्या जोडीच्या गड्याबरोबर आखाड्यात उभा राहिलास, तर असा रडणार काय?"

मी मुक्यानंच मान हलवली.

"खेळताना पडलास आन कुठं लागलं, तर आईला हाक मारणार काय?"

मी पुन्हा मान हलवली.

"ल्येका नुसती मान काय हलवतोस?"

मी पुन्हा मान हलवून तोंडानं म्हणालो, "न्हाई न्हाई."

यावर अण्णा समाधान पावून म्हणाले –

"शाब्बास रे वाघा! तर मग तू आत्ता काय शिकत होतास?" या वेळपर्यंत मी डावाचं नाव विसरून गेलो होतो. काय सांगावं, या विचारानं मी भेदरून गेलो. अण्णा गरजले –

"आरं सांग की! काय शिकत होतास?"

आठवतच नव्हतं, तर मी तरी काय सांगणार? मी खाली बघत उभा राहिलो आणि माझी मान बळकट होण्यासाठी काडकन माझ्या मानेवर एक पंजा मारून अण्णा म्हणाले –

"बोल की सुंभाड्या!"

"मी नाव विसारलो."

"डावाचं नाव येत न्हाई, तर तुला डाव कसा रं येणार?"

असं म्हणून अण्णांनी मला पुन्हा पाठीवर घेतलं आणि हा हा म्हणता धाडकन उभ्यानं खाली आदळलं. अंगाचा लोळागोळा होऊन मी पडलो होतो आणि अण्णा विचारत होते,

"कळला का ह्यो डाव?"

मला काही कळला नव्हता तरी मी म्हणालो –

"कळला, कळला."

लगेच त्यांनी विचारलं, "काय कळला?"

आता आली का पंचाईत? काही सांगायच्या ऐवजी मी हळूच तोंड पसरलं आणि बारीक आवाजात सूर धरला. तशी अण्णा जवळ आले आणि आपल्या लोखंडी पंजानं माझ्या तोंडाचा भाता मिटवून म्हणाले,

"अरे, याला धोबीपछाड म्हनत्यात. काय म्हनत्यात?"

मी म्हटलं, "धोबीपछाड."

"ह्या डावात मी काय केलं?"

मी रडव्या सुरात म्हणालो,

"उभ्यानं आदळलं."

"तसं न्हवं लेका! डाव कसा केला?"

डाव कसा केला, हे मला कळलं नव्हतं. पण आता 'कळलं न्हाई' असं सांगितलं असतं, तर अण्णांनी पुन्हा डाव करून दाखवला असता; ही भीती मनात उभी राहिली आणि काय सांगावं असा पेच पडला. बरगडीचं एक हाड धरून मी म्हणालो,

"काय की! हितं चमक माराया लागलीया!"

"मग त्येल लावून चोळू मग. आधी डाव काय केला हे सांग."

"लई दुखतंय. हाडाला काई तरी लागलं वाटतं."

"लागू द्ये न्हाई तर मोडू द्ये! डाव कळला का तुला?"

मी बरगडी धरूनच म्हणालो, "कळला?"

"कसा कळला?"

असा एक-एक डाव अण्णांनी आम्हाला समजावून सांगितला. आम्ही टांग मारायला शिकलो, पट काढू लागलो, सवारी भरू लागलो, मानेवर गुडघा ठेवून घिस्सा मारू लागलो आणि फुटबॉलला किक मारावी तशी ढाक मारण्यातही पटाईत झालो. हा सगळा कोर्स 'कंप्लीट' झाला, तरी रोजची प्रॅक्टिस सुरूच होती. आणि तालमीची मनानं घेतलेली हाय काही केल्या जाईना. आता मानेवर चौघांनी मिळून बुक्क्या मारल्या तरी मान दुखत नव्हती, ही गोष्ट खरी; आणि शाळेत मास्तरांनी कितीही दात खाऊन कानशिलात लगावली, तरी मार खाऊन तयार झालेल्या कानातनं कधी झिणझिण्या येत नव्हत्या हेही खरं; तरीसुद्धा व्यायाम म्हटला, की अंगावर काटा उभा राहायचा, अंगातनं घाम गळेतोवर जोर नि बैठका काढल्या तरी अण्णा म्हणायचे,

"मारा आणिक एक पन्नास जोर!"

खरं म्हणजे आणखी पाच जोर मारणंही आमच्या जिवावर यायचं आणि अण्णा पन्नास जोर मारायला सांगायचे. हळूहळू अनुभवानं आम्हीही तरबेज झालो, पण जोर काढण्यात नव्हे! जोरबैठका न काढताच त्या काढतो आहोत, हे

दाखवण्याची एक शक्कल आम्हाला सापडली. आम्ही व्यायाम करू लागलो, की अण्णा हौदाच्या कडेला किंवा तालमीच्या दारात बसून राहायचे. अशा वेळी त्यांचे डोळे सारखे आमच्याकडेच असायचे असं नाही. ते बसल्या बसल्या कधी बाहेर बघत, कधी भिंतीला पाठ टेकवून आढ्याकडे बघत, तर कधी डोळे मिटवून घेत आणि शांत विचार करत बसत. त्यांची नजर चुकवणं सोपं होतं, हे कळून आम्ही अंधाऱ्या जागी कोपऱ्यात उभे राहून पहिल्या दहा-वीस बैठका प्रामणिकपणे मारायचो आणि नंतर नुसतंच तोंडानं हाऽहुऽहाऽहू करायचो. डोळे अण्णांच्याकडे लावून आमचा व्यायाम असा जोरात चालू असायचा. मधून मधून अण्णा विचारत –

"किती बैठका झाल्या रं?"

आणि आम्ही उभे राहून 'हाऽहूऽ' करत म्हणायचो –

"झाल्या पन्नास! ...झाल्या शंभर!" कुणी मोजल्यात आणि कुणी मारल्यात? तोंडानं हाऽहूऽ केलं की झाल्या बैठका! भुईला नाक लावून पडलं की झाले जोर! आता तालमीचा जाच हळूहळू कमी होऊ लागला.

पण तोवर शाळेतल्या पहिल्या एक-दोन इयत्ता होऊन आमची शाळा गुणाकार-भागाकार यावर येऊन ठेपलेली होती. शाळेला भाग कसा द्यावा, हे आम्हाला कळत नव्हतं. आधीच त्या काळचे मास्तर मारकुटे असायचे. त्यात अण्णांची तशी 'स्पेशल' शिफारस असायची.

"काय पोरांनू, अभ्यास कसा काय?" असं विचारण्याऐवजी ते आम्हाला विचारायचे –

"काय रे लेकानू, मास्तर मारतात की न्हाई?" मास्तर मारत नाहीत, असं सांगितलं, की त्यांच्या मनात मास्तर शिकवतात की नाही, अशी शंका उभी राहायची. ते चिंतातूर होऊन विचारायचे –

"अरे, मग मास्तर शिकवत्यात का न्हाई?"

"शिकवत्यात," असं सांगितलं तरी ते म्हणायचे, "कसले शिकवित्यात!" एवढ्या चौकशीनं त्यांचं समाधान व्हायचं नाही. महिना, पंधरा दिवसाला ते शिक्षकांना भेटायचे आणि आमच्या अभ्यासाबद्दल चौकशी करायचे. त्यांना मौलिक उपदेश द्यायचे –

"मास्तर, मारावर दणका लावा. चुकी झाली की बडवत चला! 'छडी लागे छमछम विद्या येई घमघम' जसं आपले वाडवडील म्हणत ते खोटं न्हाई. मारल्याशिवाय विद्या येईल कशी!"

अण्णांची एवढी फूस मिळायचा अवकाश, आमच्या मास्तरांनाही चेव यायचा. हातात हिरवागार फोक घेऊनच ते विचारायचे –

"शिवाजीचा मृत्यू?"

आमची हमखास चूक व्हायची. जन्ममृत्यूत घोटाळा व्हायचा. तेवढा घोटाळा मास्तरांना दिसून आला रे आला, की आमचा मृत्यू ओढवायचा आणि सपासप छड्या खाताना आमचा जीव खरोखरच घोटाळायचा! इतिहास म्हणजे सगळ्या सनावळी पाठ कराव्या लागायच्या, आणि भूगोल म्हणजे पुस्तकातलं अक्षरन-अक्षर पाठ असावं लागायचं. हे सारं पाठ होण्यासाठी जिवाचा फारच आटापिटा करावा लागायचा. रात्री झोपताना पुस्तक छातीवर ठेवून आम्ही झोपायचो. पुढं 'चे'ची गणितं लागली आणि कंसात कंस सुरू झाले. मास्तरांनी 'चे'ची गणितं करायला सांगितली, की माझ्या पाटीवर गिरवून गिरवून काढलेलं धनुष्य असायचं. गणितातली एवढीच गोष्ट मला बरी वाटायची. शाळेतल्या तीन गोष्टी मी मोठ्या हौसेनं करायचो. पाटीपूजनाच्या वेळी मी डौलदार सरस्वती काढायचो. परीक्षा जवळ आली की शाडूची छानदार चित्रं करायचो आणि या 'चे'च्या गणितातील हे धनुष्य रामाच्या खांद्यावर ठेवायचो. या तीन गोष्टी सोडल्या, तर शाळेतली कोणतीही गोष्ट करण्यात माझं मन लागायचं नाही.

पास-नापास, पास-नापास होत होत एकदाची मराठी शाळा संपली आणि आम्ही दोघंही भाऊ इंग्रजी शिकण्यासाठी शहरात येऊन राहिलो. आम्हाला शिकविण्याचा अण्णांचा हुरूपही दांडगा होता. ते आमच्या शिक्षणासाठी भाराभार पैसा ओतायला तयार होते. काहीही करून आम्ही शिकावं, अशी त्यांची इच्छा होती. मात्र आम्हाला शहरात ठेवताना त्यांनी काही अटी घातल्या होत्या. त्यांनी त्या दहादा सांगितल्या होत्या. ते म्हणाले होते –

"हितं आपुन आपल्या जिवाचं राजे, असं समजून बेकार उंडगायचं न्हाई. हॉटेलात जाऊन 'च्या' प्यायचा न्हाई. नाटक-सिनेमाच्या थेटराकडे फिरकायचं न्हाई. हाय कबूल?"

आम्ही माना डोलावल्या. सारं कबूल केलं.

"आता अट नं. २ – इंग्रजी शिकायचं म्हणजे व्यायाम सोडायचा न्हाई. शहरात गेलं, तरी तालमीत जायला पाहिजे. जानार की न्हाई?"

"जाऊ की."

"अट नंबर ३ – आपुन भलं आन् आपला अभ्यास भला. कुठच्या चांडाळ-चौकडीत सामील व्हायचं न्हाई. असं वागायला पाहिजे. मग आमचं काई म्हन्नं न्हाई. खायापियाचे पाहिजे ते लाड पुरव."

अण्णा म्हणतील त्या गोष्टी कबूल करून आम्ही एकदाचे शहरात येऊन दाखल झालो. इथं आम्हावर कोणाची नजर नव्हती. आम्ही पहिली गोष्ट केली ती ही की, दूध प्यायचं बंद करून चहा पिऊ लागलो. मनाला येईल तितका वेळ निवांत झोपू लागलो. तालीम वर्ज्य करून सिनेमा नि नाटकांची थिएटरं पालथी

घालू लागलो. सारं कुरणच आम्हाला मोकळं होतं आणि आम्हाला दावणीला बांधायला कुणी भला माणूस इथं नव्हता. गावात जे करता आलं नव्हतं, ते ते सारं आम्ही करून बघू लागलो. शहरगावची हवा आम्हाला मानवूही लागली. हळूहळू आमच्या शरीरात बराच फरक झाला. आखूड कान लांब झाले आणि शिंगंही फुटली. थोडक्यात म्हणजे आम्ही चांगले बनेल झालो आणि अधूनमधून अण्णांच 'चेकिंग' आलं, तरी त्यांच्या हातावर तुरी देण्यात आम्ही पटाईत झालो. इंग्रजी शिक्षणाचा हा लाभ काही थोडा नव्हता.

अण्णा यायचे. चौकशीदाखल विचारायचे,

"काय, जम बसला का न्हाई पोरांनू?"

"बसला की!"

"दूध घेता?"

"घेतो."

"घरात काय फळंबिळं दिसत न्हाईत. मोसंबी-संत्री काय तरी खात जावा की!"

आम्हाला चटक लागली होती मिसळ-भजी खाण्याची आणि नाटकसिनेमा पाहण्याची! या गोष्टींनाच पैसा अपुरा पडत होता. तेव्हा मी म्हणालो,

"फळं महाग आहेत."

अण्णांनी सांगितलं,

"ती महाग असू द्यात, न्हाई तर सस्त असू द्यात. दाबून फळफळावळ खावा."

आम्हाला एवढंच पाहिजे होतं.

पुढं आमच्या गरजा वाढल्या. फळांसाठी मिळणारा जादा पैसाही अपुरा पडू लागला. तो कसा मिळवावा, ही विवंचना पडली. पण त्यावरही तोडगा सापडला. दर वेळी अण्णा आले की विचारायचे,

"आता काय गैरसोय न्हाई ना होत?"

"काही न्हाई. पण –" असं म्हणून आम्ही घोटाळत असू. आम्ही घोटाळलो की अण्णा विचारायचे –

"पण काय? काय कमी पडत असलं तर सांगा."

आम्ही म्हणायचो, "अल्जीब्रा नाही. तो घ्यायला पाहिजे."

"तो कशाला लागतो?"

"तो लागतो इंग्रजी शाळेत."

"लागतो, तर घ्याच. कवा लागेल तवा घेत चला. कोणत्याही गोष्टीची हयगय करायची न्हाई."

हा अल्जिब्रा म्हणजे आम्हाला कामधेनूच वाटली. ती कधी अण्णांनी बघितली

न्हाई आणि आम्ही गरजेप्रमाणे तिची धार काढत राहिलो. गरज लागली की अल्जिब्रा घ्यायचा. पहिल्या वर्षी एकंदर चार अल्जिब्रे घेतले आणि पुढं ही संख्या वाढतच राहिली. हिशेबाचं टिपण तयार करतानाही या अल्जिब्राची चांगली मदत होऊ लागली. कितीही पैसा खर्च झाला, तरी अल्जिब्राच्या नावावर खर्ची पडू लागला आणि पुढं पुढं तर अण्णाच स्वत: होऊन विचारू लागले –

"काय, ह्या पावटी अल्जिब्राचा खर्च कमी दिसतोय? खर्चात कपातबिपात करू नका. शाळेच्या कामात हयगय नको!"

आम्ही तरी कुठं हयगय करत होतो? एकएक सिनेमा आम्ही चारचारदा बघू लागलो. नाटक पाहण्यासाठी पहिल्या चार रांगांच्या आत जाऊन बसू लागलो. सगळं झाकपाक आणि व्यवस्थित करू लागलो.

एक दिवस अण्णा आले आणि म्हणाले,

"पोरांनू, तुमच्या बावड्या का रे खराब दिसू लागल्या? व्यायाम करता का न्हाई?"

"व्यायाम करतो की,"

"मग काय खुराक कमी पडतोय?"

मी म्हटलं, "शहरगावात दूध कुठलं चांगलं मिळतंय?"

"काय झालं?"

"कितीही पैसे दिले, तरी पाणी मिसळून दूध देतात."

अण्णांनी डोळे मिटून थोडा वेळ विचार केला आणि ते म्हणाले –

"बरं, करतो व्यवस्था ती. आनि काय हयगय न्हाई ना?"

"काई न्हाई."

आणि लगेच थोड्या दिवसांत अण्णांच्या खात्रीतला एक मनुष्य घरचं दूध घेऊन, रोज भल्या पहाटे येऊन आम्हाला उठवू लागला.

एक दिवस आम्ही नाटकाला गेलो होतो. रात्री अडीचतीन वाजेपर्यंत जागरण झालं होतं. दूधवाला येऊन दाराशी ओरडून केव्हा परत गेला, हे माहीत नव्हतं. सकाळी साडेनऊ वाजता खुद्द अण्णाच दाराशी आले, तेव्हा आम्हाला हे कळलं. कोण हाका मारतंय, म्हणून झोपेतून उठून मी दार उघडलं आणि पाहतो तर अण्णाच दारात उभे होते!

ते आत आले. खोलीचा कोपरा न् कोपरा त्यांनी नीट तपासून पाहिला. आमची अंथरुणं अजून तशीच होती. मी भराभर पांघरुणांच्या घड्या करू लागलो. आम्ही अजून अंथरुणात होतो, हे पाहून आम्हाला वाटलं, अण्णा फार रागावतील. पण ते रागावले नाहीत. एखादी दु:खद घटना कळून माणसाचा चेहरा उतरावा, त्याचप्रमाणं त्यांचा चेहरा दिसत होता. मोठा धक्का बसावा, अशी त्यांची अवस्था

झाली होती. ते शांतपणानं खालच्या आवाजात म्हणाले,

"काय रे पोरांनू, अजून उठला न्हाई?"

आम्ही कोणीच काही बोलत नव्हतो. तशी तेच म्हणाले– "अरे दूधवाला वरडून वरडून माघारी आला तवा म्हटलं, तुमचं काय झालंय, बघून तरी यावं. म्हणून आलो. त्यानं शंभरएक हाका मारल्या. तरी तुम्ही उठला न्हाई, तवा माणसानं समजावं तरी काय? अरं, हातपाय गळलं की रं माजं! कुठं गेला हुता रातच्याला?"

समयसूचकता दाखवून मी म्हणालो,

"कुठं जातो? इथंच हुतो. आता रात्री जागून अभ्यास करावा लागतो. परीक्षा जवळ आलीय ना?"

"अरे, मग पहाटं उठून अभ्यास करायचा होता! कोन नको म्हंतंय अभ्यास करायला? हेच वळण लागलंय व्हय तुमाला?"

ही आमच्या बुद्धीची परीक्षाच होती. अण्णांच्या मनात असा संशय येणं बरं नव्हतं. आपल्या पोरांना चांगलं वळण लागावं, म्हणून त्यांनी आपल्या जिवाचं रान केलं होतं. त्यांच्या प्रयत्नांचं आम्ही काहीतरी चीज करतो, एवढं तरी समाधान त्यांना मिळणं आवश्यक होतं. आमच्यासाठी ते भाराभार पैसा ओतत होते. कोणत्याही गोष्टीची आम्हाला कमतरता पडू देत नव्हते, तरी आमच्यात काही सुधारणा नाही असं त्यांना दिसलं तर काय वाटेल, ही गोष्ट क्षणभर माझ्या मनाला चाटून गेली. आणि आमच्या काळजीनं कासावीस होऊन तिथनं इथपर्यंत धावून आलेल्या अण्णांना काहीतरी समाधान दिलं पाहिजे, असा विचार करून मी म्हणालो –

"आम्ही रोज पहाटेच उठतो."

"मग काल का रातच्याला जागरण केलं?"

मी चाणाक्षपणे उत्तरलो,

"काल अल्जिब्रा होता."

"तो असला म्हणजे जागावं लागतंय व्हय?"

"व्हय. महिन्यातनं एकदोनदा जागरण करावं लागतं. कारण तो शाळेत असतो. चुकवून चालत नसतो!"

अण्णांनी भाबडेपणानं विचारलं –

"ह्यो एक शाळेचाच भाग हाय न्हवं? मंग काही हरकत न्हाई, चालू द्या."

अण्णांचा संशय तात्पुरता फिटला. मनोमन समाधान पावून ते निघून गेले. सारं ठीक चाललंय, या त्यांच्या भावनेला लगेच काही तडा गेला नाही. पण अशीच एकदोन वर्षं गेली. आम्हाला नुकतं कुठं सतरावं-अठरावं लागलं होतं. शाळा

सुरूच होती. अजून आम्ही मॅट्रीक पास झालो नव्हतो, हे सांगायला नकोच. दरम्यान कोणा भल्या माणसानं चुगल्या केल्या कुणास ठाऊक, पण एक दिवस अण्णा आले आणि उभ्याउभ्याच म्हणाले,

"चला पोरांनू, मोटार खाली तयार हाय. एक सोडून छप्पन पोरी दावतो. मनाला येईल ती पसंत करा आणि लगीन झाल्यावर शाळा शिकायला पुन्हा हितं या. तुमाला बेडी अडकविल्याबिगार तुम्ही सुधारनार न्हाईत. चला, घाला कापडं!"

आम्हाला वळण लावण्याचा अण्णांचा हा अखेरचा प्रयत्न होता.

❏

पाहुणी

बाहेर उजेडाला म्हणून रत्ना खाली मान घालून सोप्यालाच जोंधळे पाखडत बसली होती. एवढ्यात गौरामावशी लगालगा बाहेरनं आत आली. गठळं खाली ठेवून म्हणाली, ''काय कराय लागलियास रत्ने?''

मान वर करून रत्नानं तोंडाकडं बघितलं आणि हरकल्यागत करून ती म्हणाली, ''कसं आला हो गौरामावशी?''

''आलो बाई बाजाराला म्हणून. जरा एक तांब्याभर थंड पाणी दे प्याला.''

हातातलं काम सोडून चटशिरी रत्ना उठली. गडबडीनं आत जाऊन एक ठोक्याचा तांब्या घेऊन बाहेर आली. तांब्या पुढ्यात ठेवत म्हणाली, ''आधी हातपाय धून घ्या. प्याला आणि दुसरं पाणी घेऊन येतो.''

'काय करायचं गं दुसरं आणि तिसरं!' असं म्हणून तोच तांब्या तिनं हातात घेतला आणि मान वर करून घटाघटा ती पाणी पिऊ लागली. पन्हाळी लागावी तशी धार तोंडात पडत होती. निम्मा तांब्या रिकामा करून पदराच्या शेवटानं तिनं तोंड पुसलं. गळ्या-कपाळावरचा घाम टिपला आणि चालून दमलेले पाय लांब करत ती म्हणाली, ''तानच लई लागली हुती गं.''

हसल्यागत करून रत्ना म्हणाली, ''म्हणून घराकडं आलासा व्हय?''

''न्हाईगं बाई! पाणी कुठं मिळत न्हाई? आज तुजी भेट घेऊनच जाणार हुतो.''

''बरं आठवणीनं आलासा?''

गौरा मावशी गप्पच बसली. उगंच तोंडाकडं बघत अंगावरच्या पदरानं वारा घेत राहिली. रत्नानंच विचारलं, ''बरी हैत आमच्या घरची माणसं सगळी?''

एकवार रत्नाच्या तोंडाकडं आणि एकवार खालच्या भुईकडे बघत गौरामावशी म्हणाली, ''कशाचं बरं बाई! या आट रोजात तुझ्या बाला एक जास्त झालंय.''

रत्नाच्या छातीत धस्स झालं. वर केलेल्या एका पायाच्या गुढग्यावर हाताचा कोपर टेकवून ती बसून राहिली. गौरा मावशीच सांगू लागली, ''कालच्या बेस्तरवारी

म्हाताऱ्यानं लई घाबरं केल्तं!''

''मग आता कसं हाय?''

''हाय, अजून तसंच हाय! मी बाजाराला जाणार हाय म्हनताना तुला येऊन बघून जायाला सांगावा दिलाय.''

रत्ना तोंडाकडं बघत म्हणाली, ''बेस्तरवारी जास्त झालंतं आणि मला कसं कळवलं न्हाई हो? जाऊन बघून आलो नसतो?''

''ते डाक्टर फिक्टर ह्या नादात हुतं बाई. कुठं सगळ्यास्नी कळवत बसतील?''

''थोरला अण्णा ते कोण आल्यात?''

''कोण आल्यात म्हंजे?'' असं विचारून गौरामावशी म्हणाली, अगं बाई, आता पंदरादी झालं त्यो येऊन बसलाय. सगळी बायका-पोरं घेऊन रजा काडूनच आलाय की!'' रत्नाच्या जिवाला चटका लागल्यागत झाला – थोरला भाऊ बायका-पोरं घेऊन, रजा घेऊन आलाय आणि इथल्या इथं, आपल्याला कळवू नये? कळवलं असतं तर जाऊन बघून आलो नसतो? आठवड्याला माणसं बाजाराला येतात. कुणाकडनं तरी तोंडी निरोप दिला असता, तर पंदरा दिवसांत धा वेळा जाऊन आलो असतो. असं का करावं? तिचं तिला कळेना झालं आणि वर केलेल्या हाताला कपाळ टेकवून ती गप्पच झाली. खाली ठेवलेलं गठळं उचलून हातात घेत गौरामावशी म्हणाली, ''बाई, जातो ग.''

पाठोपाठ रत्नाही अंगणात गेली. एकवार तिच्याकडं मागं वळून बघत गौरामावशीनं विचारलं, ''मग कवा येतीस बाई?''

''आता कवा आणि काय! येतो की उद्या सकाळीच.''

''बरं, येतो बाई.''

''जावा.'' असं म्हणून हात हलवत ती उभी राहिली.

गौरामावशी गेली. डोळ्यांआड होऊन ती दिसेनाशी झाली आणि पोटात डोंबच घातल्यागत झाला. भडभडून येऊ लागलं – रत्ना पुन्हा सोप्याला आली. कपाळाला एक हात लावून गप्पच बसून राहिली. उगंच विचार करत राहिली. काळा भोंगा तुळीला लागावा तसं मनाला भोकच पडलं. आतनं सगळं पोखरत चाललं – तीन सालामागं आई गेली. तेव्हा ह्या थोरल्या अण्णानंच घात केला होता.

असाच रजा काढून आलता बाबा माझा! एक दिवसभर मांडी देऊन बसला होता! लेक येईल, एकदा डोळ्यानं बघीन, तोंडभेट होईल; म्हणून एक दिवसभर आई रडत होती. पण ह्या अण्णानं कुणाची तोंडभेटच होऊ दिली नाही. सगळा गोतवळा गोळा करून काय जेवणं घालायची हैत काय म्हणाला! त्याच्यापुढं कुणाची मती चालणार? सगळे गप्प बसले. मेल्यावर सांगायला तेवढा महार आला. ते निदान लगेच कळलं असतं तर जाऊन डोळ्यांनी मढं तरी बघितलं

असतं. येवढीही पुण्याई बाबानं पदरात बांधून घेतली नाही. आईला मातीत पुरून मोकळा झाला आणि मेली हे सांगायला तीनव्या रोजी महार सोडला. माती साडवायला बोलवायला आला. कशाला लवकर कावळा शिवंल! असला हा थोरला अण्णा! सगळं बगळ आलं असतं, जरा डोळ्यांनी बघितलं असतं, तोंडानं बोललं असतं तर ह्याचं काय जात होतं? चार लोक गोळा झाले असते, दोन रोज राहिले असते तर काय ह्याला दळिंदर आलं आसतं? का कुणी घर धुऊन नेलं असतं?

चालता चालता एकदम ठेच लागावी, तशी तिला आठवण झाली. आरपार पोटातनंच एक कळ आली आणि दाडवाणाला पदर लावून ती बसून राहिली. दुसरं आणि कोण घर धुऊन नेणार? जे होतं नव्हतं ते सगळं थोरल्या वहिनीनंच गप केलतं! सासूला बघायला म्हणून आली – तिची सेवा करायची राहिली बाजूला आणि घरच सगळं चाचपडत बसली बाई माझी! त्यापायीच पोरंबाळं घेऊन निघून आली होती. धाकट्या वहिनीलाही काही तेवढं कळून आलं नाही. आई खुळी! सोन्याच्या पुतळ्या, जुंदळटिक्का, गळ्यातील बोरमाळ हे सगळं नीट जास्तानाला ठेवायचं सोडून बिचारीनं कुठं पाहिजे तिथं हाताला लागेल असं ठेवलं होतं. उतरंडीच्या गाडग्यात, शेवयाच्या डब्यात, असं सगळीकडं तिनं पेरून ठेवलं होतं. त्याशिवाय दुसऱ्याला ते कसं लाटता आलं असतं? सासूची सेवा करायला म्हणून आली आणि सऽगळं गोळा करून घेऊन गेली!

अवघड जागी झालेलं दुखणं, बोलायला तरी येतंय? धाकटी वहिनी त्यातनंही छाती करून सांगायला गेली, तर सासरा तिच्यावरच डाफरला! कोण तिची ट्रंक उघडून बघणार? किती केलं तरी थोरली सून ती! अण्णा तसा, वहिनी अशी. हे सगळं गोळा करायला नाद लागला होता आणि कशाला सांगावा देत बसतील? काय कारण? बघायला म्हणून लेक आली आणि माया फुटली तर काय करंल? पुतळ्या तेवढ्या लेकीला द्याव्यात म्हणून आई धडपडली, धडपडली माझी! छाती झाली नाही तिची. लेकांची लग्न झाली आणि थोरल्या सुनेला भिऊन जलम काढला बाईनं माझ्या! कशावर सत्ताच राहिली नाही तिची. पाच पैसे उचलून देवापुढे ठेवायचे, तर हात थरथर कापायचा तिचा! कशाला लेकीला देतो म्हणंल? कसं म्हन्नार?....

पुतळ्यांची माळ डोळ्यांपुढनं हलेना झाली. खापरीगत जाड, चोवीस पुतळ्या होत्या. एकेक पुतळी चांगली बुचड्याच्या रुपयाएवढी! एवढी एक पुतळ्याची माळ नुसती गळ्यात घातली, म्हणजे बुट्टीभर दागिनं अंगावर घातल्यागत वाटायचं. गेली घेऊन – नेलं म्हणून सांगितलं नाही. पुतळ्याची माळ गेली. जुंधळटिक्का गेला, सगळं गेलं. धीर करून कुणी विचारलंही नाही. इसरत्यापाणी आईनंच

कुठंतरी ठेवलं असंल आणि उंदरांनी नेलं असंल म्हणून बानी सारं घर पालथं घातलं. बिळं सगळी खणून बघितली. मातीत हात घालून अन्नपाण्यावाचून तीन दिवस बा माझा बसून राहिला.

घराची शाकारणी करून बघितली. कशाला सापडंल? धाकट्या सुनेनं सासऱ्याबरोबरच दावा धरला. लेकानं बोलणं सोडून दिलं. नांदत्या घरावर विस्तू ठेवून गेली! वाळीत टाकल्यागत बा दिवस कंठत होता. त्याला तर देवानं धड ठेवूने होतं? तो पडला आणि आता त्याच्या सेवेला लाजमुडी पोरंबाळं घेऊन आलीय. रजा काढून निघून आलाय. भाऊ माझा पहिल्यापसनं माणूसघाणा. त्याला कुणाची खातरजमाच नाही. देवानं सगळं चांगलं केलंय, कशाला कुणाची आठवण होईल? काय कारण? असलं काय केलं असेल भावाला माझा? कशाची एवढी भूल पडली असंल? बघायला गेलं, तर वडारणीगत दिसती. ना रूप ना गुण. कसा एवढा रमला असंल तिच्यात अण्णा माझा? रमूऽन गेला बाबा! सगळं विसरून बसला.

ठेवण्यासारखा भाऊबिजेला यायचा. सगळं आता सोडून दिलं – त्याला कुणाची मागची आठवणच राहिली नाही. माणूसच नको झालं. आई गेली तेव्हा ती गत झाली! महिनाभर पोटात डोंब पडला माझ्या! आणि आता काय आणि करतोय कुणाला दक्कल? एवढं बेस्तरवारी जास्त झालतं, सांगावा धाडू नये? तो कुणाला काय कळवायचा नाही. जेवणं घालायची हैत काय असं म्हणत बसला असंल! काय करावं?

काय करावं, हेच काही कळत नव्हतं. काही सुचतच नव्हतं. रत्नानं बाहेर बघितलं. ऊन अजून उतरलं नव्हतं. आभाळाकडं बघत तिनं अंदाज घेतला. मनात आलं वाट काही लांबची नव्हती. दोन तासात तिला जाऊन पोचता आलं असतं. लगालगा चालत गेल्यावर किती वेळ मोडतोय? मनात असा विचार आला आणि झट्शिरी ती उठून उभी राहिली. पाखडायला घेतलेले दाणे तसेच सुपात पडून होते. सुपातले दाणे तिनं डब्यात ओलते. डब्याला टोपण लावून तिनं तो बाजूला ठेवनू दिला. भराभरा सगळी आवराआवर केली.

रत्ना रानात आली. मालक खोपीच्या तोंडालाच बसून होता. बायकोचं तोंड बघून तो हादरलाच.

''का आलीस गं?'' असं म्हणून तो तोंडाकडंच बघत राहिला. डोळ्याला पदर लावून रत्ना खाली बसली. तिचा गळाच सगळा दाटून गेला होता. धड काही नीट सांगता येत नव्हतं. कसेबसे दोन शब्द तिनं कानावर घातले. अशानं असं कळलं; आणि हातातील काठी टेकत मालक उठून उभा राहिला. रानाकडं बघत त्यानं पोरांना हळी दिली. रत्नानं विचारलं, ''काय करता?''

"जाऊन बघून याचं गं."

"पोरांना घेऊन जाऊन येऊ?"

"आणि मी कशाला हितं बसू?"

कांदा कापताना डोळ्याला पाणी यावं तसं एकाएकी टचकन दोन्ही डोळ्यांत पाणीच भरलं. डबडबलेल्या डोळ्यांनी तोंडाकडं बघत तिनं विचारलं, "ह्यो पाय घेऊन कसं येणार?"

"हातात टेकायला काठी न्हाही? तसंच चालायचंच ग लंगडत लंगडत."

"उद्या आणि पाय सुजून बंब झाला, तर ते कुठं निस्तरू? असं म्हणत ती बोलली, दोन पोरं घेऊन मीच जाऊन येतो. तुमी बसा घर राखत."

"काय खुळी हैस काय?" असं म्हणून तो तोंडाकडंच बघत राहिला. आणि रत्नानं विचारलं, "सगळंच जाऊन येऊ या म्हंता?"

"कोण न्हायाचं नाई बग!"

तिच्या मालकानं असा नेट धरला. रत्नालाच कोडं पडलं. थोडका विचार केल्यागत करून ती बोलली, "सगळंच निघून गेलो, तर मागं म्हशीची धार तरी कोण काडनार हो?"

"तुला धारंचा घोर लागलाय व्हय?" असं म्हनून त्यानं खॅस मारली, "अगं कुणाला तरी सांगून जाता येत नाही? दुसरा कोनचा इचार करायचा न्हाई बग..."

एवढ्यात दोन्ही पोरंही गोळा झाली. पोरं आली. आईला रडताना बघून ती गप्पच उभी राहिली. त्यांचा बापच त्यांना म्हणाला, "बाबांनो, तुमचा आज्जा लई आजारी पडलाय म्हणं रं! चला आवरा लवकर. जीवमान हाय तवर जाऊन बगून येऊ या रं."

पोरं येडबडली. ती तोंडाकडंच बघत राहिली; आणि डोळ्यांचा पदर दातात धरून रत्ना म्हणाली, "सगळं जायाचं तर मग आवराआवर करून सकाळीच निघालं तर?"

"आता उद्या-परवा म्हणत बसू नको. आटप लवकर! असं म्हणत त्यानं वर आभाळाकडं बघितलं. दिवस नुसता कलला होता. ऊन तिरपं झालं होतं. कपाळाला एक आडवा हात लावून तो म्हणाला, "बसू नका. उटा. आजून दिवस हाय तवर चालाय लागूया."

सगळेच उठून घराकडं आले. पोरांनी फाटक्या चड्ड्या काढून धडक्या चड्ड्या अंगात घातल्या. रत्नाच्या मालकानंही लग्नातला कोशा पटका बांधला. अंगात चांगली पैरण घातली. दिवाळीला घेऊन ठेवलेलं धोतराचं नवं कोरं पान तसंच बायकोनं जतन करून ट्रंकेत ठेवलं होतं. ते तिनं काढून दिलं. नव धोतर नेसून तोही तयार झाला. सासऱ्याकडं जायचं तर जरा बरं तरी दिसायला पाहिजे! कळा खात

कसं जाणार! म्हणून नाइलाजानं नटणं भाग पडलं. कुलूप लावून सगळे बाहेर पडले. रत्नाला आपल्या मालकाकडं बघवत नव्हतं – नारूचा एक पाय घेऊन बिचारा लंगडत चालला होता.

गाव मागं गेलं. विरोबाचा माळ आला. बोटांना कुसळं ढसू लागली. मालक पाय ओढत निघाला होता. त्याला वाट वसरत नव्हती. मध्ये अंतर पडलं म्हणून रत्ना थांबली. ती उभी राहिली; आणि हात वर करून तो लांबनंच म्हणाला, ''चला, चला मी येतो.'' कुठं चला? – निराळा विचार मनात आला; आणि पुढं न जाता माळावर बूड टेकवून ती खाली बसली. मालक येण्याची वाट बघत राहिली. जवळ येत तो म्हणाला, ''का थांबला गं? का वाट चुकती व्हय माझी?''

''तसं न्हवं. जरा टेका खाली.''

''टेकतीस कुठं? चल ऊट!''

कशी बशी बोलली, ''न्हाई हो, जरा बसा खाली. सांगतो ऐका.''

''काय होत न्हाई ग पायाला माज्या. काळजी करू नको.'' असं म्हणून तो खाली बसला ; आणि पायांवर आबदार बोट फिरवत म्हणाला, ''काय सांगती?''

''हे बगा, असं सगळं मिळून जायला नको?''

''का गं?''

''तितं थोरली वैनी येऊन बसलीया. अण्णा आलाय.''

तिचा मालक भाबडा – हरकल्यागत करून म्हणाला, ''अगं, मग बरं झालं की गं! थोरल्या मेव्हण्याला बघून कायतरी पाच सालं झाली असतील. लंगडी घालत गेल्यासारखं कायतरी सार्तक हुईल!''

''खुळं तर न्हवंसा!'' असं म्हणून ती बोलली, ''आदी त्यास्नी दुसरं माणूस खपत न्हाई. त्यात असं मुक्कामाला गेलो तर अंगाचा सगळा हावळा होईल त्या बयाच्या!'' याचा चेहरा सगळा कावराबावरा झाला. खुळ्यागत तोंडाकडं बघत तो म्हणाला,

''हावळा का हुतोय गं तिच्या अंगाचा?''

''का ते समजत न्हाई?'' असं विचारून ती म्हणाली, ''पोरंबाळं ते सगळं घेऊन आलीयास, हितं काय लगीन हाय काय म्हणून थोरल्या भावानं विचारलं, तर काय सांगायचं?''

''खरं की बाई.'' असं म्हणून तो पायावर बोट फिरवत बसला. काही सुचेचना झालं. काय करावं हा प्रश्न पडला. चालत्या गाडीला घुण्णा लागावा तशातली गत झाली! आणि रत्नाच म्हणाली, ''मीच एकटी जाऊन बघून येतो.''

''तसं करतीस?''

''तुमी हितनंच मागारी जाता?''

“काय करू तर मग?”

“जावा पोरं घेऊन. मीच जाऊन येतो सडी.”

दोन्ही पोरं घेऊन तो तिथनंच मागं वळला. रत्नाच एकटी वाट धरून चालू लागली. वर दिवसाकडं बघत गडबडीनं पाय उचलू लागली. कडूसं पडायला ती गावात गेली. घर आलं. लगालगा जाऊन ती दारातच उभी राहिली. एवढी सगळी रानमाळ पायाखाली तुडवून तिथनं इथवर ती चालत आली होती. एकदम गपकन आत कसं जायचं? कोणत्या पायानं माणूस येतांय काय सांगता येतंय? त्याच पायानं लगेच आत जायला नको, जरा वेळ बाहेरच उभं राहावं, म्हणून जोत्याजवळ ती उभी राहिली. काळजात काटाच मोडल्यागत झाला! थोरला अण्णा बाहेर सोप्याला बसला होता. चांगलं बघून सावरून तोंडानं बोलला नाही. आतही कुणाला सांगितलं नाही. न बघितल्यागत करून तो मान खाली घालून बसला... ‘बस बाबा’ असं मनाला म्हणून तिनंच त्याला बोलावलं, “आण्णा, कुणाला तरी जरा पाणी द्याला सांगा.”

वहिनी तांब्या घेऊन बाहेर आली. तांब्या हातात देवू नये? हात पुढं केला तरी तांब्या खाली ठेवून ती गप्पच आत निघून गेली. पायावर पाणी ओतून घेतलं, आणि रत्ना उंबरा ओलांडून आत गेली. सोप्यालाच उभी राहिली. वर न बघता खाली मान घालूनच अण्णा बसून होता. तिनंच विचारलं, “तुमी कवा आलाय, अण्णा?”

“झाले पंधरा दिवस.”

“कसं हाय आप्पाला?”

“जरा जास्तच हाय.”

रत्ना गप्पच उभी राहिली. उगच तोंडाकडं बघत ती मनाला म्हणाली – ‘यवड्या कपाळाला आठ्या घालून का बोलतोस बाबा? काय तुजं घेऊन जायाला आलोय? विचारावं तेवढंच कसं सांगतोस? घडाघडा बोललास तर काय तुजं तोंड दुकतंय? काय तुजा-माजा कोणता दावा हाय! नाही बोलत तर रहा बाबा,’ असं आपल्या मनाला म्हणून ती आत गेली. कुणाबरोबर न बोलतासवरता ती गप अंथरुणाजवळ जाऊन बसली.

डोळा लागल्यागत झाला होता. कुलूप काढून ट्रंक उघडी टाकावी, तसं तोंड उघडंच दिसत होतं. बघवत नव्हतं! म्हाताऱ्याच्या अंगात काही राहिलं नव्हतं. दाढी वाढून तोंड भुतागत दिसत होतं. धाप लागल्यागत छाती तेवढी वरखाली होत होती. तेवढंच जिवंत होतं. त्यातच तेवढा जीव राहिला होता.

लुगड्याचा बोळा तोंडात धरून रत्ना बसून राहिली. उघडझाप केल्यागत करून म्हाताऱ्यानं तोंडाकडं बघितलं. रत्ना पुढं वाकली. कपाळावर एक हात ठेवून म्हणाली,

"मी आलोय आप्पा."

"रत्ना?"

अप्पा एवढंच म्हणाला आणि टक लावून तोंडाकडं बघत राहिला. एक डोळा गेल्यागत झाला होता, एकच डोळा उघडा होता. रत्नाला भडभडून आलं. पालथं पडल्यागत करून ती कडकडून भेटली. सगळ्या अंगावर हात फिरवला आणि कपाळ दाबत म्हणाली, "उगंच आज गौरामावशी बाजाराला आली म्हणून मला कळलं तरी –"

तोंड उमलल्यागत दिसू लागलं. कसंबसं म्हातारा बोलला, "आलीस, बरं झालं!"

रत्ना म्हणाली, "अशानअसं म्हणून दुपारी कळलं. काय सुचंचना झालं की!"

"पोरं घेऊन येऊने हुतीस बाई?"

जिव्हाळी लागल्यागत झालं. एक झरा लागावा तसा उमाळा आला ; आणि मान फिरवून ती म्हणाली, "सगळी निघालतो अप्पा, पर – त्येंच्या पायाला नारू झालाय. तेबी लंगडत येत हुतं. बिरुबाच्या माळापतूर आलो आणि मनात आलं – एकटंच जाऊन यावं!"

"नारू आणि कवा झालाय ग?"

"झाला एक म्हैना."

"काय कमी न्हाई?"

"एकदा न्हाव्यानं तोंड केलंत, पर निम्मा तातू भईर आलाय, निम्मा आतच ऱ्हायलाय!"

अजून भोग सरला न्हाई बाई तुजा! असं म्हणून म्हाताऱ्यानंच खुणावलं. मान वळवून रत्नानं मागं बघितलं. थोरली वहिनी येऊन उभी राहिली होती. धाकट्या पोराला बोलावं तशी ती आपल्या सासऱ्याला म्हणाली, "लेकीला बगून तोंड आलं व्हय? फुरं करा आता बोलणं. आणि असं म्हणून ती नणंदेला बोलली, "आतगी, उटा आता. जरा गप पडू द्या त्यास्नी." रत्ना उठली. गप स्वयंपाकघरात जाऊन बसली. एक कोपरा धरून! काय करणार? उगंच बघत राहिली. कोण काही बोलतंय का? याची वाट बघून तिनंच सगळ्यांची चौकशी केली. थोरल्या अण्णांची पोरं पाटावर बसून जेवत होती. तीच त्यांना म्हणाली, "बाबांनो, मी तुमची आत्ती रं! माजी वळक हाय का तुमाला?"

त्याचं ध्यान जेवणाकडं होतं. ती पोरंही काही बोलली नाहीत. तोंडाकडं बघेनाच झाली. त्यांना आहो-जाहो करत करत तीच विचारू लागली, "साळंला जातासा का आण्णासाब?"

राग आल्यागत थोरली वहिनी बोलली, "आण्णासाब आणि कुटला काढला?"

"तर मग नाव काय हो ह्यंचं?"

"तो रमेश, हा उमेश आणि ही सविता. आता विसरू नका बगा!" नावं ध्यानात राहिली नाहीत. पुन्हा विचारायचा धीर झाला नाही. मनातल्या मनात ती आठवत बसली. काही आठवेनाच झालं. धाकटी वहिनी परड्यातनं आत आली. तिनं तेवढं विचारलं, "कवा आलासा आतगी?"

"आलो वैनी आताच."

"बरी हैसा सगळी?"

"हाय की. असं म्हणून रत्नानं विचारलं, मगा धरनं परड्यातच काय कराय लागलायसा?"

"भंगी काम! दुसरं काय?" असं म्हणून तिनं नाक मुरडल्यागत केलं. खळाखळा हात धुतले आणि बोलायला म्हणून जवळ येऊन बसली. म्हाताऱ्या बाईगत दोन्ही पायांची जुडी करून सांगू लागली, "एक म्हैना झाला बगा. धड बरंबी वाटंना आणि देव घेऊनबी जाईना झालाय!"

"असं का हो म्हंता वैनी?"

"तर बाई किती हाल सोसायचं त्यांनी तरी! आमाला बघवंना झालंय की!"

तोंड गेल्यागत रत्ना गप्पच झाली. कुणाबरोबर काही बोलावं असं वाटेचना झालं. पोरांना जवळ घेऊन बसावं तर ती बुजल्यागत करू लागली. कोण जवळ येईना झालं. त्यांना झोपवायला म्हणून थोरली वहिनी वर माडीवर जाऊन बसली; आणि राग आल्यागत धाकटी वहिनी बोलू लागली, "दोन्ही येळंला पोरास्नी भात लागतोय सकाळी शेर, साचं शेर. तांदूळ संपाय लागल्यायत बगा! आणि असलं तुपाचं गोळं भातावर घालती! कसं करायचं?" रत्ना काय बोलणार? ती सांगेल तेवढं गप ऐकून घेत राहिली. सऽगळं सांगून झालं आणि दात खाऊन आपल्या सासऱ्याबद्दल ती म्हणाली, "केल्यालं फेडायचं आलंय बगा. तुमाला आणि राग ईल."

"मला कसला राग बाई!"

खालच्या पट्टीत ती बोलू लागली, "आत्यांच्या अंगावरचं एक गुंजभर सोनं माज्या वाटणीला आलं न्हाई. चोवीस पुतळ्यांची माळ हुती हो. तवा सांगताना म्हाताऱ्यानं ऐकलं न्हाई. एकेक डोळा असला करून आमालाच गप बशीवलं. त्यावर तीन सालंबी देवानं जाऊ दिली न्हाई." एका हातानं तिच्या कानाचा गड्डा धरून दुसऱ्या हातानं फाडकन् एक थोबाडीत मारावी असा रत्नाला राग आला – "मी का आलेय आणि ही काय सांगाय लागलीय! चांगले दोन शब्द तोंडातनं काढायला काय पैसा पडतोय? असं बोलायला सासरा म्हणजे कोण परका झाला? तोंडातनं वावगं का यावं हिच्या? काय कराय लागलाय, तर म्हणं भंगीकाम

करतोय! का गं बाई? सून नाहीस तू? काय उपकाराला करतीस तू? तुमच्या हातात सत्ता देऊन वर तुमचंच बोलून घ्यायची पाळी आली व्हय माझ्या बाला? कुठं फेडशिला पांग हे? असं नका बाई दाढंत धरू – हे देवा, काय ऐकायची आणि का बघायची पाळी आणलीस तू ही? घरचं परकं झालं आणि परकं घरचं होऊन बसलं! कसली सत्ता राहिली नाही. चहाच्या एका कपाला महाग करून ठेवलाय–'' मन सगळं सैरभैर होऊन गेलं. एक कोपरा धरून बसलेली रत्ना उगंच विचार करत बसली. तिला येऊन दोन तास झाले, तरी एक कप चहा कुणी करून दिला नव्हता. ती उगच बघत होती. काय कळा आली ह्या घराला! कसं होतं आणि कसं झालं! नाती राहिली नाहीत, गोती राहिली नाहीत. कसली रीतभातही राहिली नाही.

पोरं झोपून गेली. दोन्ही भाऊही जेवून गेले आणि मग ताट करून घेत वहिनी म्हणाली, ''उटा आतगी.''

''न्हाई बाई जेवत मी.'' पाल बोलल्यागत ती अशी पुटपुटली आणि गप्प झाली. तिला कसली भूकच राहिली नव्हती. मारक्या म्हशीगत तोंडाकडं बघत वहिनी म्हणाली, ''जेवत न्हाई म्हणजे!''

''माजा सोम्मार हाय हो!''

''तो आणि कवापास्नं कराय लागलाय?''

''धरून झाली दोन साल.''

धाकटी वहिनी म्हणाली, ''मग आल्याबरोबर सांगायचं तरी न्हाई? कायतरी फराळाचं तरी केलं असतं.''

''कशाला सांगू? मी काय फराळ करायला आलोय वैनी?''

हसल्यागत करून थोरली वहिनी म्हणाली, ''सोम्मार आणि कशापायी कराय लागलाय आतगी?''

''लागलोय बाई करायला!'' असं म्हणून रत्ना बोलली, ''आईनं सपनात येऊन सांगितलं – माजं सोम्मार तू कर.'' थोरल्या वहिनीच्या अंगाचा सगळा हावळा झाल्यागत दिसला. बोलण्याचा राग आला तिला... याचाच की! खर्च करावा लागेल म्हणून आईचे सोम्मार उजवू दिले नव्हते या बयेनं! चालढकल चालढकल केली आणि आई तशीच मरून गेली. सोमवार करतच गेली बाई माजी!

त्या दोघी जेवायला बसल्या आणि रत्ना उठून दुखणेकऱ्याजवळ जाऊन बसली. झोप लागली होती. न बोलता ती गप्पच बसून राहिली. उगच टक लावून बघत बसली... कसली अवस्था ही? अंगावरची चादर कवा धुतलिया कुणाला दक्कल! कापडं सगळी वास मारत होती. भुईचं अंथरूण घाणच होतं. नरक आणि बरा म्हणायचा... विचार करत ती तशीच बसून राहिली.

रात्र गेली, सकाळ झाली. आल्यासारखं निदान हातनं जरा सेवा तरी करावी

म्हणून तिनं अंगावरची चादर काढली. खालचं आंथरूण बदललं. स्वत: एक कपभर चहा करून हातनं पाजला. एक सहा महिन्यांचं पोर जसं आईकडून करून घेतं ; तसं त्यांनी लेकीकडनं करून घेतलं. सगळं झालं, आणि म्हातारा म्हणाला, ''रत्ना, अंग जरा पुसून घेतीस का गं?''

''घेतो की अप्पा.''

चटशिरी ती उटली. आतनं जरा ऊन पाणी घेऊन ती जवळ येऊन बसली. पोट, छाती पुसून झाली. म्हातारा बेतानं एका अंगावर वळला. उघड्या पाठीकडं बघताना तिला रडूच आलं. डोळ्याला पदर लावून ती म्हणाली, ''अप्पा, हे काय झालंय हो, हे सगळं?''

पडून पडून अंगाला जखमा झाल्या होत्या. चार चार बोटांचा एकेक चकांदा पडला होता. कातडी तासल्यागत दिसत होती. कुजून वास मारत होती.

तिनं सगळं अंग पुसून घेतलं आणि आत जाऊन धाकट्या वहिनीला ती म्हणाली, ''वैनी, अंगाला सगळं भसकं पडल्यागत झाल्यात. त्याला काय औशीद लावत न्हाई?''

''कुणी लावावं?''

''कुणी म्हणजे?''

''अहो करायला गेलं तर नीट काय करून देत न्हाईत. आयडीनची एक बाटली पडलीया बगा तशीच. घेऊन लावा जावा जरा.''

रत्नानं बाटली घेतली. सरकी काढून कापूस चांगला पिंजला. जागजागी हलक्या हातानं आयडीन फासलं आणि पुन्हा अंगावर चादर घालून ती तिथंच बसली. सकाळी उठून आपल्या गावाला जावं असं रात्री तिनं ठरवलं होतं ; पण तिला अंथरुणाजवळनं हलावंसंच वाटेना झालं. दुपारपर्यंत बसावं आणि ऊन खाली झाल्यावर घरातनं निघावं, असं ठरवून मन मुर्दाड करून ती बसून राहिली. बसल्या बसल्या पाय चेपू लागली. हसल्यागत करून म्हातारा म्हणाला, ''अगं सगळं कसं हलकं झालं बग!''

रत्ना म्हणाली, ''जरा बरं वाटू द्या, म्हंजे एक गाडी करून घेऊन जातो.''

''कशाला बाई!''

''जरा हवापालट करायला याचं.''

म्हातारा हसला – थरथरल्या बोटांनी आपल्या पापण्या पुसत म्हणाला, ''कुठं जायाचा अदिकारबी ऱ्हायला न्हाई बग लेकी!''

''काय झालं?''

''बरं वाटल्यावर लेकीकडं गेला असं म्हंतील! बोल घ्याला कशाला येऊ?''

असं म्हणून तो पुटपुटला, ''आता ह्या तुरुंगातच एक दिवस पराण सोडायचा बग.

जगनं नको झालंय म्हणनास !''

बोलणंच घुटमळलं. एकमेकांकडं नजर लावून दोघेही बसून राहिले – दुपार झाली. ऊन उतरू लागलं. रत्नाचा जीव चुळबूळ करू लागला. बोलून समाधान झालं नव्हतं. करून केल्यासारखं वाटत नव्हतं. पण तिला निघणं भागच होतं. कारण आभाळ गडगडायला लागलं होतं. पावसानं आणि घोटाळा केला तर काय करायचं? मुक्काम करायची पाळी नको. पावसाचं निमित्त करून राहिली म्हणतील – असा विचार करून रत्ना उठली आणि मन घट्ट करून म्हणाली, ''अप्पा, निघतो आता मी.''

म्हाताऱ्यानं टक लावून तोंडाकडं बघितलं. घुटका गिळल्यागत करून तो कसाबसा बोलला, ''कशी जानार गं? आभाळ गडगडाय लागलं की.''

''काय हुतंय त्यला? असं म्हणून ती बोलली, जातो लगलगा.''

''आणि ईज ते व्हाय लागली तर?''

''ती काय करती?''

डोळ्यांत पाणी आलं. आणि थरथरत्या हातानं लेकीच्या तोंडावरनं हात फिरवत म्हातारा म्हणाला, ''आता कवा येनार?''

''गाव काय लांब हाय?'' असं विचारून धीर देत रत्ना म्हणाली, ''एक दिसाआडनं येऊन बघून जाईन की अप्पा. सकाळी ईन, दुपारी जाईन, काय मुक्काम करायचा हाय?''

मान हलवत म्हातारा बोलला,

''ते काय न्हाई खरं.'' असं म्हणून तो तोंडाकडंच बघत राहिला. लेकीचा एक हात हातात धरून बसला. लेक निघाली होती आणि हातातला हातच सोडवत नव्हता. रत्नाच म्हणाली, ''आज जातो. परवादिशी सकाळी येतो बघा.''

''येतीस?''

''येतो की अप्पा.''

''पोरास्नी घेऊन ये गं...''

''घेऊन येऊ?''

''व्हय. सडी येऊ नको बघ.''

ढग गडगडला. हात सोडून म्हातारा म्हणाला, ''जा बाई लवकर.''

निरोप घेऊन रत्ना दारापर्यंत गेली; आणि तिथनचं वळून माघारी येत म्हणाली, ''अप्पा, येताना काय करून घेऊन येऊ?''

''काय आनतीस बाई?''

''काय आणू सांगा.''

हातानं दाखवून हलक्या आवाजात म्हातारा म्हणाला, ''एवढा सांजा करून

आन. तुज्या हातचा सांजा जरा खावंसा झाला बग.''

रत्ना घराबाहेर पडली, आभाळ भरून आलं होतं. एका अंगानं फळी धरून पाऊस येताना दिसत होता. दाराच्या तोंडाशी आलेली धाकटी वहिनी म्हणाली, ''पाऊस एक काय करतोय काय की हो.''

''करू द्या काय तरी.'' असं म्हणून रत्ना लगालगा चालायला लागली. ती चटाचटा पाय उचलत होती. गाव मागं गेलं. एकटी वाट तेवढी पायाखाली लागली. आणि एकाएकी सगळं अंधारूनच आलं. उघडं घरदार खिडक्या लावून बंद करून घ्यावं तसं झालं. आभाळ गच्च झालं, चारी अंगांनी भरून आलं आणि पालथ्या काहिलीवर पोरं दणादणा नाचावीत तसा गडगडाट सुरू झाला.

ढग गडगडायला लागले. वारं सुटलं. चारी बाजूंनी घेरल्यागत झालं. तोंड सुटलेल्या पोत्यातनं लोंढा लागावा तसा समोरच एक ढग गळताना दिसू लागला आणि रत्ना पाय उचलू लागली. आभाळ फाटलं होतं. त्याला ती तरी काय करणार! सुईदोरा घेऊन काय शिवता येत होतं! भोक पडलेलं आभाळ फाटत गेलं. आरपार धस लागला आणि पावसानं झोड उठवली. वरचं आभाळ खाली भुईला येऊन टेकलं.

भिजून चिंब झलेली रत्ना आपल्या घरात आली. नारूचा पाय घेऊन मालक सोप्यालाच बसला होता. बायकोला बघून तो म्हणाला, ''भिजतच आली?''

''आलो. काय करू?''

''पावसाचं चिन्ह बघून ऱ्हायची होतीस.''

''न्हाई ऱ्हायलो.''

''कसं काय म्हाताऱ्याला?''

''हाय, बरं हाय.'' असं म्हणून ती खाली टेकली. एक कोपरा धरून बसून राहिली. अंगावरचं भिजलेलं लुगडं बदलायची शुध्द राहिली नव्हती. मन सगळं कळवळून गेलं होतं. तळमळल्यागत करून ती म्हणाली, ''माज्या पोराबाळांची आठवण काढून डोळ्यांत पाणी आणलं माझ्या बानं! परवादिशी पोरं घेऊन येतो म्हणून सांगून आलोय.''

''अगं, मग कालच संगट न्हेली असतीस तर बरं झालं असतं की.''

''बरं झालं असतं–''

''औशीद कुणाचं चालू हाय?''

''सान्याचं.''

''पत्यपाणी ते काय?''

''सगळं खायाला सांगितलंय म्हणं – खरं करून कुटं घालत्यात?''

''ते का गं?''

ते का, हे न सांगता डोळ्यांत पाणी आणून ती म्हणाली, ‘‘काय सांगू तुमाला! मलाच यवडा जरा सांजा करून घेऊन याला सांगितलंय.’’

तो तोंडाकडंच बघत राहिला आणि पायावर बोट फिरवत म्हणाला, ‘‘यवडं परदेशी करून ठेवलं काय गं सासऱ्याला माज्या!’’

‘‘बगा की कसा उपकाराचा हून बसला बा माझा!’’

रात्र जाता जाईना झाली. वेध लागल्यागतच झाले – डोळा कसा लागणार? जीव सगळा अर्धा होऊन गेला होता. चांदणी उगवायलाच ती उठून बसली. आपल्या मालकाला जागं करून म्हणाली, ‘‘उद्या जायचं ते आजच यवडा सांजा करून घेऊन जाऊ?’’

‘‘जा की गं. काय हिकडं घोटाळा हुतोय?’’

लगेच तिनं चूल पेटवली. गडबडीनं रवा भाजून घेतला. रबरबीत तूप घालून चांगला एवढा सांजा केला. एका पितळी डब्यात घालून तो तिनं फडक्यात गुंडाळून घेतला. जायची सगळी तयारी केली. आणि मालकानंच विचारलं, ‘‘तू तयार झाली आणि पोरं गं?’’

‘‘त्यास्नी आता न्हेत बसत न्हाई.’’

‘‘घेऊन याला सांगितलंय न्हवं?’’

‘‘सांगितलंय खरं आणि कवातरी न्हीन म्हणं.’’

‘‘आणि कवा न्हेतीस गं?’’

‘‘गाव काय लांब हाय?’’ असं म्हणून ती एकटीच घरातनं बाहेर पडली. दिवस उगवून कासराभर वर यायच्या वेळेला ती आपल्या माहेरात जाऊन हजर झाली. गेल्या गेल्या बाहेर सोप्यालाच खाली टेकत म्हणाली, ‘‘वैनी, जरा एक बशी द्या हो.’’

‘‘बशी कशाला?’’

‘‘जरा एवढा सांजा करून घेऊन आलोय.’’

दाताडी मारक्या म्हशीगत तोंडाकडंच बघत राहिली आणि रत्नाला पुढं काही बोलवेना झालं. वहिनीच जवळ येत म्हणाली, ‘‘आगंतीनं सांजा करून घेऊन आलायसा व्हय. तितनं हितवर?’’

‘‘व्हय. आनलाय यवडा – घासभर.’’

‘‘कुटं हाय त्यो?’’ असं म्हणत तिनं हात पुढं केला; आणि फडक्यात गुंडाळलेला डबा काढून दाखवत ती म्हणाली, ‘‘ह्यातनं आणलाय जरा.’’

डोळे मोठे करून बघत वहिनी बोलली, ‘‘उठून आधी आत या.’’

वहिनी पुढं झाली आणि सासूच्या आज्ञेत असल्यागत न बोलता रत्ना उठली. हातात डबा घेऊन मुकाट्यानं आत स्वयंपाकघरात गेली. जाऊन उभी राहिली.

हुरड्याला आलेल्या वावरात कणीस खुडलेलं एक धाट असावं तशी ती दिसत होती! खॅस मारल्यागत करून वहिनी म्हणाली, ''बसा खाली.''

''असं का हो?''

''सांगतो. बसा.''

रत्ना खाली बसली आणि जाब विचारावा तसं वहिनीनं विचारलं, ''कुणी तुमाला ह्यो उद्योग सांगितला होता?''

''काय बिगडलं?''

''काय बिगडलं?'' असं विचारून वहिनी म्हणाली, ''तुमी सांजा घेऊन येशिला. बुंदीचं लाडू आणशिला! तुमचं काय जातंय? हातरूण घाण करून ठेवलं, तर ते काडायला कोण घट्ट हाय व्हय हितं? कुणाच्या रट्टात बळ हाय बाई?''

रत्ना तोंडाकडं बघत राहिली. काय बोलावं, तिला कळेना झालं आणि एक हात पुढे करून वहिनी म्हणाली, ''आणा त्यो डबा हिकडं. ठेवतो बाजूला.''

बोलणं ऐकून चाहूल लागल्यागत झाली. हाक मारून म्हातारा म्हणाला, ''कोण, रत्ना आली काय?''

''व्हय अप्पा. मीच आलोय.'' असं म्हणत तिथंच डबा ठेवून रत्ना उठली; आणि जवळ जाऊन उभी राहिली. लेकीला बघून चेहरा हसरा झाला. म्हाताऱ्यानं विचारलं,

''उद्या येनार व्हतीस न्हवं?''

''आलो आजच.''

बरं झालं – पावसातच गेलीस! रास्सारी डोळा लागला न्हाई बाई माझा! असं म्हणून त्यानंच विचारलं, ''पोरास्नी घेऊन आलीस?''

''न्हाई अप्पा.''

''का गं बाई?''

काय सांगावं हा पेच पडला, आणि तोंड एका बाजूला करून नजर चुकवत ती म्हणाली, ''पोरं येतो म्हणून पाटी लागली होती. खरं त्यांची परीक्षा जवळ आलीया. मास्तरांची शिकवणी हाय. सुटीदिवशी सवडीनं घेऊन ईन म्हणं.''

मान हलवत म्हातारा बोलला, ''साळंवर ध्यान असून द्या. शिकीवणी लावलियास ते एक बर केलंस.''

रत्ना म्हणाली, ''पोरं शिकली तर मिळवून तर खातील. आमची जमीन तर कुठं येवडी हळ्या माराय लागलीया!''

''व्हय, शिकीव –''

''थोरल्या अण्णागत शानं करतो बगा सगळ्यास्नी!''

"कर बाई, कर." असं म्हणून म्हातारा तोंड उघडं ठेवून बघत राहिला; आणि उगाच हसल्यागत करून त्यानं विचारलं, "माजा सांजा करून आणलीस बाई?" धाबं दणाणल्यागत झालं. मटकन ती खाली बसली आणि आतनं सगळं भडभडून आलं. आवंढा गिळता येईना झाला. दोन्ही गुडघ्यांत मान खुपसून ती बसून राहिली आणि थरथरणारा हात तिच्या पाठीवरनं फिरवत म्हातारा म्हणाला, "लेकी, असं का गं?"

तिला तोंड वर करून बघायचं होईना झालं. ती काय बोलणार? आणि कसं सांगणार?

❑

मागणी

आईनं वाढलं तेवढं खाऊन पोरं गप बसली. त्यांची पोट अजून भकाळच होती. भूक तशीच राहिली होती; पण खायालाच काय नव्हतं... मग ती तरी काय करणार? तांब्या तांब्या पाणी ढोसून दोन्ही पोरं उठली आणि गप वाकळंत जाऊन पडली. न बोलतासवरता चिपचाप झोपून गेली. आईला पडलेलं कोडं त्यांना कळत होतं. एकटी आई किती करणार? ती राबराब राबती. जे मिळेल ते करून घालती. पोरंही मिळेल ते खात होती आणि आई देईल तसली कापडं लेत होती. कधी किरकिर करू नये, कसला हट्ट धरू नये, हे शहाणपण त्यांना उपजतच होतं. गरिबांच्या पोरांना देवच असली बुध्दी घालतो. त्याशिवाय त्यांचं चालणार कसं? तशी ही पोरं आपल्या आईला सुख देत होती. आताही ती अर्ध्या पोटानंच उठली आणि बिचारी गप जाऊन अंथरुणावर पडली. जनाबाईच्या पोटात मात्र ढवळून आलं. डोळ्यांतनं टपाटपा थेंब पडू लागले. बसल्या जागी जनाई बसून राहिली आणि वर केलेल्या एका गुडघ्यावर हनुवटी टेकवून ती स्वत:शीच बोलू लागली... ही कसली वेळ देवानं आणली? हे असलं कसलं कडसरीचं दिवस काडायची पाळी आली! हे असं का नशिबात आलं असंल?

जनाई असाच विचार करत बसली. एक म्हणता हजार गोष्टी मनात येऊ लागल्या. पलीकडं दिराच्या घरात अजून जेवणं व्हायची होती. खमंग फोडणीचा वास येत होता. घराला एकच आढं होतं. मध्ये नुसता एक कूडच होता; पण पोरं काय खातात आणि काय नाही याची कधी चवकशी दीर करत नव्हता. त्याच्याच भावाची पोरं ही! त्यांना उपाशी मरायची पाळी आली, तरी त्या दिराला तळतळ का वाटू नये? पोरं परदेशी झाली आणि ही सगळीच अशी कशी दुरावली? माणसाचं मन तरी एवढं कसं घट्ट होतं?...

फोडणी चरचरू लागली. वास दरवळला. असं बसून भागणार नव्हतं. जनाबाई आपल्या पदरानं डोळे पुसले. मन घट्ट केलं. कसाबसा चुलीला बोळा दिला. राख

सगळी तव्यात भरली. मनात आलं – आता उद्या चूल कशानं पेटवायची? सकाळी पोरं उठली तर त्यांच्यापुढं काय ठेवायचं? मागावं तरी कुणाकडं? रोजानं तरी कुठं काम मिळंल?

जनाई सगळं आवरून बाहेर सोप्याला आली. पोरं पडली होती तिथंच भिंतीला पाठ लावून बसली. झोपलेल्या लेकरांची तोंडं बघून तिला भडभडून आलं. दोन्ही पोरांच्या अंगावरनं तिनं एकवार हात फिरवला, तशी थोरल्या पोरानं कूस बदलली. निरखून बघत जनाईनं हाक मारली, "म्हादा..."

म्हादा अजून जागाच होता. त्याला झोप लागली नव्हती. अंगावरचं पांघरूण काढून त्यानं डोळे उघडले आणि आईनं विचारलं, "अजून झोप लागली न्हाई बाळा?"

"लागंल की आता..."

"मग हे बग..."

"काय?"

"अजून एक घटकाभर जागा ऱ्हा... मी जरा जाऊन येते..."

"पोरानं विचारलं, कुठं ग आई?"

"बघते बाबा कुठं काम तरी मिळतंय काय! मी जाऊन येते तवर जरा जागा ऱ्हाशील?"

"ऱ्हाईन की..."

"भ्याबी काय वाटायचं न्हाई न्हवं?"

"भ्या?"

"व्हय..."

"लवकर ए... मी जागा ऱ्हातो... भ्या कशाचं?"

"अरं माझ्या हरणा," असं म्हणून तिनं त्याचं तोंड कुरवाळलं आणि आता येते बघ असं सांगून ती बाहेर पडली.

काम बघायला तरी कुठं जाणार? घरोघर जाऊन तर काय विचारता येतं? ज्या बाया सदा रोजानं कामाला जात असतात त्यांनाच जाऊन विचारावं, म्हणून जनाई थेट मांगवाड्यातच शिरली. लाज-भीड बाळगून पोट कसं भरणार?

... मांगाची धुरपा आपल्या खोपटाच्या तोंडाशी बसून दातवण लावत होती. जनाईला समोर बघून तिचं तोंडातलं दातवणाचं बोट बाहेर आलं. दुसऱ्या हातानं तिनं पदर सावरला आणि मान पुढं करून आगतीनं विचारलं, "काहो पाटलीनबाई, असं रातीइरेचं इकडं कुनीकडं जी?"

जनाई जवळ आली आणि उभी राहून बोलली, "आलोय बाई तुमाकडनीच!"

"ते का जी?"

“काय सांगू धुरपा?”

“काय झालं जी?”

“काय न्हाई.” असं म्हणून तिनं एकवार मागंपुढं पाहिलं. जीव घट्ट केला आणि दाडवाणाला पदर लावून ती म्हणाली, “बाई, हे दिस एक असं कडसरीचं आल्यात. येऊने ती पाळी आम्हावर आलिया बग. उद्या कुटं कामाला जानार असला तर मला सांग. त्यात कसली आलिया लाज आणि अब्रू? वेळ आल्यावर कराय नगो?”

धुरपालाच काय बोलावं हे कळेना झालं. तिलाच लाज वाटली. न बोलता ती नुसती तिच्या तोंडाकडं बघत राहिली. किती झालं तरी ती जातीनं मांगीण. जनाईची आणि तिची कशी बरोबरी होणार? आज वेळ आली असली तरी जनाई नावाची का होईना, पण पाटलीणबाई होती. बेंदराचा सण आला म्हणजे ह्याच जनाईच्या घराला ती तोरण बांधायला जात असे. तीच पाटलीणबाई आज काम मागायला मांगवाड्यात यावी! देवानं का अशी पाळी आणली असेल? धुरपाला कोडं पडलं. ती अबोल होऊन उभी राहिली आणि जनाईच म्हणाली, “उद्याच्याला कुठं बाया लागनार असल्या तर सांग बाई. काय करायचं... पोरं उपाशी मरायला लागल्यात गं धुरपा माझी!”

कशीबशी धुरपा म्हणाली, “पाटलीनबाई; येता उद्या; चौगुल्याच्या रानात मिरच्या तोडायच्या हैत. बगा येत असला तर...”

“उपकार झाला बाई तुझा!”

“ह्यात उपकार कसला जी?”

“उपकारच म्हनायचा. काम तरी कुटं मिळतंय?” असं विचारून तीच बोलली, सकाळी जाताजाता हाक मार मला. आमच्या दारावरनंच जानार न्हवं?”

“व्हय जी... कासराभर दिस आला म्हनजे ईन.”

“ये गं बाई. मी तयार व्हाईन...” असं म्हणून ती मागं वळली आणि धुरपाचाच जीव राहवला नाही. ती म्हणाली, “दीर काय मदत करत न्हाई?”

“काय सांगू बाई तुला?” असं म्हणून ती सांगू लागली,“ पोरं समोर दिसली तरी कवा त्यास्नी त्यो बोलवत न्हाई. माझ्यासंगं तर बोलनं-भाशानच बंद हाय.”

“असं हो का म्हनायचं हे?”

“का?... अगं बाई बोलावं तर काय तरी द्यावं लागलं. देवानं वेळ एक आमाला अशी आनलिया न्हवं.”

“मग बळग म्हनायचं कशाला?” असं विचारून धुरपा म्हणाली, “अशा येळंला व्हायचं न्हाई तर मग ती मानसं कसली? काका म्हनून घेत्यात की चांगलं!”

"कशाचा काका आणि रानबोका बाई!" असं म्हणून जनाई सांगू लागली, "जवळ हुतं ते सगळं औशीदाच्या मढ्यावर घातलं. चार लोकांचं देणं एक उरावर बसलंय. ते आणि कशानं फेडावं ह्या चक्रात सापडलोय. काय सांगू तुला धुरपा? घरातलं दानं संपून आज दोन म्हैनं झालं; आणि कसं दिस काढत अशीन मी? एक म्हैनाभर मधी नुसता मकाच खाल्ला गं बाई आमी! पोरं भाकरी भाकरी करत्यात, पर जुंदळा मिळंना झालाय! काय करायचं?"

धुरपा तरी काय बोलणार? त्या बिचारीच्याच आणि डोळ्यांत पाणी आलं, पदर डोळ्यांना लावून ती गप उभी राहिली, तशी जनाई म्हणाली, "पोरं घरात हैत... जाते बाई... सकाळी हळी मार हं बाई माझे." असं सांगून जनाई वळली आणि घराच्या ओढीनं लगालगा निघाली.

दुसऱ्या दिवशी सकाळी जनाई चौगुल्यांच्या रानात कामाला गेली. चार बायांबरोबर तीही मिरच्या तोडू लागली. नवरा असेतोवर ती कधी रानात कामाला गेली नव्हती. आज ह्या पोटासाठी आणि पोरांसाठी तिला दुसऱ्याच्या रानात रोजानं कामाला जायची पाळी आली! नाही म्हटलं तरी मनाला अवघड वाटत होतं. पण अवघड वाटून करायचं काय? पाच सालांमागं ह्याच चौगुल्यांच्या लग्नात तीनशे रुपये उसने दिले होते! ते फेडायला त्यानं तीन सालं लावली! आज एक रुपया मागितला तर कोण देणार नाही. वेळ फिरली म्हणजे असे दिवस येतात! आपलीच वेळ फिरली त्याला काय करायचं? आणि सांगायचं तरी कुणाला?... असं आपल्याच मनाशी बोलत जनाई काम करत राहिली. दिवस डोक्यावर आला. जेवणवेळ झाली. काम संपवून बायका भाकरी खायला बांधाला आल्या. जनाईनं एक कळण्याची भाकरी फडक्यात बांधून आणली होती. सगळ्या बसून भाकरी खाऊ लागल्या, तशी तीही बसली. फडकं सोडून तिनं तुकडा मोडला आणि धुरपालाच आपल्या पुढ्यातली भाकरी जाईनाशी झाली. मोडलेला घास हातातच ठेवून ती बघत राहिली. जनाई बोलली, "काय बाई धुरपा, जेव की फुडं बगून."

"काय जेवू हो पाटनीलबाई?"

"काय झालं?"

"वाळल्या चटणीला लावून तुमी असली कळण्याची भाकरी खाया लागलाय आणि आमाला घास गिळंल तरी कसा?"

धुरपाच्या पुढ्यात चांगल्या फत्ताड्या तीन जोंधळ्याच्या भाकऱ्या होत्या. त्यावर खमंग सांडग्याचं कोरड्यास होतं. हिरव्या मिरचीचा खर्डा एक चांगला बचकभर होता. एकाला दोन कांदे आणि चांगल्या येवढ्या शेंगाही फडक्यात होत्या. हे बघून जनाईच्या तोंडाला पाणी सुटलं. जाऊ नये पण लहान मुलागत तिची त्या अन्नावर वासना गेली. हावच सुटल्यागत झाली. रानात आधीच भूक

जास्त लागते. कामानं आणि ती खवळली होती. जनाईला राहवलं नाही. आपल्या भाकरीच्या फडक्याचा हात पुढं करून ती म्हणाली, "तुला एवडं आवगाड वाटतंय तर घाल बाई मला तुझ्यातली एक भाकरी."

"माझ्यातनी घालू?"

"तर मग, आता कशाची जात आनि पात घेऊन बसलियास! मांडीला मांडी लावून सगळ्या गावानं परवा झुनका-भाकरी खाल्ली न्हाई? आता शिवाशीव आणि बिवाशीव काय ऱ्हायली न्हाई बग..."

तिच्या या बोलण्यानं धुरपाला बळ आलं. कोण बघतंय न बघतंय येवढ्यात तिनं आपल्यातली एक भाकरी तिच्या हातावर ठेवली. तिनं चांगलं येवढं त्यावर कोरड्यास घातलं तो खमंग वास जनाईच्या नाकात शिरू लागला. तिनं घास मोडला. कोरड्यासाबरोबर तो तोंडात घातला आणि नरड्यातनं तो खाली उतरंना झाला. घास तोंडात पडल्याबरोबर जनाईला आपल्या पोरांची आठवण झाली. जोंधळ्याची भाकरी खाऊन लइंदी झालं होतं. पोरांच्या तोंडाला बाभळी आली होती. त्यांना सोडून तिला तरी कसा घास गिळंल? तिला वाटलं एवढी भाकरी पोरांना दिली, तर ती मिटक्या मारत खातील. त्यांनी खाल्लं म्हंजे आपुन खाल्यागतच झालं की!...

जनाईनं ती भाकरी दुसऱ्या भाकरीखाली दडवली कळण्याच्याच भाकरीचं चार घास मोडलं आणि फडकं गुंडाळून ती पाणी प्यायला उठली. पाणी पिऊन तिचं जेवण झालं. पुन्हा बाया कामाला लागल्या. तशी तीही कामात गर्क झाली. पण हे ऊन केव्हा खाली उतरतं आणि काम संपवून आपण घरी केव्हा जातो, असं तिला झालं होतं. एखादा मोठा ऐवज सापडावा तशी ती भाकरी तिनं फडक्यात गुंडाळून ठेवली होती. तिचं चित्त सगळं तिकडंच लागून राहिलं होतं!

... दिवस मावळायला काम संपवून बायका घरी निघाल्या. जनाई कुणासाठी थांबली नाही. सगळ्यांच्या बरोबर बोलत यायचं तर वेळ लागणार. ती एकटीच लगालगा पुढं झाली आणि घाईनं घरला आली. तिन्हीसांज झाली होती. पोरं वाट बघत दारातच बसली होती. जनाईनं आल्या आल्या पोरांची तोंडं कुरवाळली. कसाबसा आत जाऊन दिवा तेवढा लावला आणि दोन्ही पोरांना हाक मारून ती म्हणाली, "यारं बाळानू... मी तुमाला काय काय आनलंया बगा."

"काय गं आई?" करत पोरं जवळ आली. जेवायला बसल्यागत मांडी घालून जवळ बसली. जनाईनं फडकं सोडलं. सांडग्याचा वास उठला, तशी दोन्ही पोरं हरकून गेली. सू हो करून फडक्याकडं बघू लागली. आपोआपच हात पुढं गेले. जनाईनं अर्धी-अर्धी भाकरी त्यांच्या हातावर ठेवली जोंधळ्याची भाकरी बघून पोरांच्या तोंडाला लाळ सुटली. हरकल्या मनानं गपागपा ती खाऊ लागली. जनाई

नुसती बघत राहिली. तिला वाटलं, काय दिवस आले हे असले! भाकरीचीबी अपूर्वाई वाटावी? एकांदं बिस्कुट खावं तशी पोरं भाकरी खाया लागल्यात!

म्हादानं मध्येच विचारलं, "कुणी दिली गं भाकरी आई?"

"दिली बाबा कुनीतरी..."

काय सांगणार ती तरी? डोळ्यांत तळी साचली. बघता बघता भाकरीची फन्ना उडाला. त्या अर्ध्या भाकरीनं काय कात होणार? किती दिवसांची पोटात आग पडलेली! अर्धी भाकरी कुठं गेली आणि कुठं नाही याचा पत्ता लागला नाही. उलट दाढा खवळल्यागत झाल्या. त्याची आठवणच नव्हती, हेच बरं होतं. भाकरीची चव विसरल्यागत झाली होती. आता मात्र पिसळ्यागत झालं. पोरं भाकरी संपली तरी बघत राहिली. जनाईला हे कळलं. पोरांच्या तोंडावर अजून हावरेपणा दिसत होता. ती हपापल्यागत तोंडाकडं बघत होती. जनाईला रागच आला. चुलीजवळचं एक चिपाड हातात घेऊन खेकसली, "उठा माझ्या हांट्यांनू! काय बगाय लागलाय माझ्या तोंडाकडं असं?"

पोरं उठली आणि गप जाऊन बाहेर सोप्याला उभी राहिली. सोपा समाईक होता. त्यांची काकी तिथंच एका पोत्याचं तोंड सोडून त्यातलं दाणं मापून घेत होती. जनाईचं तोंड अजून वाजत होतं. आवाज बाहेर येत होता. काकी गालात हसून म्हणाली, "म्हादा, कारं तुमची आई एवडी तडाकलिया?"

भिंतीच्या खुंटीला मागच्या बाजून हातानं तिडा घालत म्हादा बोलला, "का न्हाई."

"तर मग तिन्हीसांचं का लागलिया एवडं तोंड करायला?"

पोरं मुकीच झाली, पण काकीनं पुन्हा विचारलं "आणि दिवसभर आज कुटं गेलीती रं आई तुमची?"

"मिरच्या तोडाय गेलीती."

"कुनाच्या रानात?"

"चौगुल्याच्या..."

काकी पुन्हा हसून म्हणाली, "आता मोलमजुरी कराय लागली व्हय ती? मग रग्गड मिळवून घालती तुमाला!"

धाकटा बाळू बोलला, "आज भाकरी आनली हुती आईनं... खाल्ली की आमी."

"कुनाकडची मागून आनली हुती रं?"

"काय की..."

एवढ्यात बांधलेल्या म्हशीनं दावणीजवळच पू घातला; तशी म्हशीला एक शिवी हासडून काकी म्हणाली, "म्हादा, जारं जरा तेवडं पायानं सार मागं. जा माझ्या बाळा."

म्हादा गेला आणि पायानं शेण मागं सारून पाय तिथंच दगडाला घासत उभा राहिला. काकी म्हणाली, "माझं हात गुतल्यात. तेवडा पायातला चगाळा घेकी हातानं वडून... घेतोस? उद्या एक शिताफळ दीन तुला."

आज आठ दिवस झाले, काका रोज सोप्याला बसून सीताफळ खात होता. मोठी सीताफळ! पण काकानं कधी हे घ्या आणि खावा असं म्हटलं नव्हतं. काकापेक्षा आणि काकीच बरी. तिनं सांगितलेलं काम करायचा त्याला हुरूप आला. हातुपं मागं सारून तो चटक्यानं पुढं गेला आणि म्हशीच्या पायातली पाक सारी घाण त्यानं लख्ख केली. काकी कौतुकानं त्याला म्हणाली, भुई लाटल्यागत चक्क केलास की!

हात घाण झाले होते. म्हादा अवघडल्यागत उभा राहिला. एकवार त्या म्हशीकडं आणि एकवार काकीकडं बघत तो कचवचत बोलला, "काकी, मी रोज तुमच्या म्हशीचं शान काडत जाईन. आमाला एक भाकरी रोज खायाला देशील?"

यावर काकी काही बोलणार तोवर जनाईच बाहेर आली. हातात फुकणी घेऊनच आली होती. "अरं, माझ्या हांट्या तू! अरं माझ्या काळा! तुला तडाकाबी कसा ईना झालायरं लवकर पटकीचा! म्हाद्या, काय बोलाय लागलायस रं हे! रोज हिच्या म्हशीचं शान काढतो पर भाकरी द्या म्हंतोस? भिकाऱ्याच्या पोटचा हैस व्हय तू?"

जनाईला कसला धरबंद राहिला नाही. एका हातानं तिनं त्याचा कान धरला आणि दुसऱ्या हातातल्या फुंकणीनं ती त्याचं अंग सडकू लागली. कुठं कळीच्या जागी लागेलसवरेल असा विचारच मनात आला नाही. एक जनावराला झोडपावं तशी ती त्याला मारत राहिली. पोरगं आरडलं, ओरडलं. पण जनाईचं मनच शांत होत नव्हतं. टाकीलाच आग लागावी तसं तिचं मन भडकलं होतं. अंगाचा डोंब उसळला होता. वाटेच्या एखाद्या वाटसरूकडं जरी तिच्या पोरानं हात पसरला असता तरी तिला असा राग आला नसता. पण कोण काकी आणि कोण काका! इतक्या दिवसात त्यांनी कधी चवकशी केली होती? तिचं काळीजच सोलून निघाल्यागत झालं. मागं-पुढं न बघता तिनं पोराला हा-हा हाणलं. अखेर शेवटी म्हादा भुईला पडला आणि तोंड गेल्यागत एकाएकी ओरडायचा थांबला. जनाई भानावर आली. तिच्या अंगाचा थरकाप उडाला. खाली वाकून तिनं त्याचं दाडवान हातात धरलं आणि ती हाक मारू लागली, "म्हादा, म्हादा... ए पोरा... अरं माझ्या वासरा, बोल की रं... म्हादा..."

जनाईचं धाबं दणाणलं. तोंड जाऊन पोरगं गपगार पडलं होतं. डोळ्यांतल्या भावल्या वर सरकल्या होत्या. जनाईच्या हातापायातलं वारंच गेल्यागत झालं. ती

मटकन खाली बसली. दोन्ही हातांनी पोराला उचलून तिनं उराशी धरलं आणि एक हंबरडा फोडावा तशी त्याच्या गळ्यात पडून ओरडली, "म्हादाऽऽ"

एक तास-घटकानं पोरगं शुध्दीवर आलं; पण ते काही बोलत नव्हतं... मागत नव्हतं. अधनं मधनं नुसतं डोळं उघडून बघत होतं आणि पुन्हा डोळं झाकून गप पडत होतं. कसली हलचालही करत नव्हतं. तापानं अंग भाजत होतं. तापच एकदम भडकला होता आणि पोरगं निपचित पडून राहिलं होतं. मांडीची उशी करून जनाई बसून राहिली होती. पोरानं डोळे उघडले, की ती विचारायची, कुठं दुकतंय कारं म्हादा? पण काही बोलायला पोराचं तोंडच उघडत नव्हतं. काय करायचं?...

रात्र गेली आणि दिवस उगवला. पोरगं तसंच पडून होतं. रगतचंदनाची भावली उगळून पाठीला ते सगळा लेप दिला होता. शेक-भाज केली होती; पण पोरगं कसली हालचालच करत नव्हतं आणि तापही हटत नव्हता. रात्रीतनं काही उतार पडला नाही. जनाईच्या मनाला आतल्याआत झुरणी लागल्यागत झाली. पण आता करायचं तरी काय?

असे एकाला दोन दिवस गेले, आणि तिसऱ्या रात्री पोराला एकाएकी जास्त झालं. ताप भयंकर भडकला. पोरगं एकसारखं हुंबाय लागलं. एकदा-दोनदा हातपाय वाकडे केले. त्यातच दातखिळीही बसू लागली. धाप लागल्यात अधनंमधनं छाती उडू लागली. अशा तऱ्हातऱ्हा होऊ लागल्या. नुसतं जे होईल ते बघत बसायची पाळी आली. पंख्यानं वारा घालावा तशी पदरानं ती रात्रभर वारा घालत बसली.

आणि मग पहाटेचा कोंबडा आरवला. परड्यातल्या कुपावरनं एकदा दोनदा पिंगळाही बोलला आणि तिला काय वाटलं कुणास ठाऊक! एकाएकी ती पोराजवळनं उठली. त्याला तसाच टाकून ती घराबाहेर पडली. जनाई कुणाच्या घरी गेली नाही. देवळाकडं गेली नाही. गावातही कुठं न जाता तिनं सरळ आपल्या शेताची वाट धरली. झपझाप पावलं टाकत एक घटकाभरातच ती आपल्या रानात आली. दिवसाचा गोंडा फुटायला जनाई शेताच्या बांधावर येऊन उभी राहिली. तिच्या एक टीचभर हक्काच्या पट्टीत हिरवंगार ज्वारीचं पीक डोलत होतं. जोंधळा डंग आला होता. नुकती पोटरी पडू लागला होता. डोळा उघडून कणसं आताशी कुठ बाहेर जगाकडं बघू लागली होती. रोज तिन्ही सांजेला मीठमोहऱ्या उतरून टाकाव्यात असं ते बाळरूप होतं! पहाटेच्या दहिवरानं धाट आणि धाट न्हालेलं दिसत होतं. पोटरी पडलेली, पदराला आलेली, हिरवागार शालू नेसलेली, नुकती न्हालेली गर्भवती धाट गार वाऱ्याशी झोंबी घेत उभी होती.

बांधाला उभी राहून जनाई बघत राहिली. तिचं सगळं देहभान हरपल्यागत झालं. संकटसमयी आपल्या जिवाभावाचं माणूस भेटलं म्हणजे जसं आपण त्याच्या

गळी पडतो, तशी जनाई एकाएकी त्या पिकात शिरली. दोन्ही हातांनी ती पोटरी पडलेली धाट आपल्या उराशी ओढून घेतली आणि तसेच हात जोडून वर आभाळाकडं बघत तिनं म्हटलं, ''देवा, ह्या टीचभर रानात मी एकटी राबले. तांदूळ निवडावा तसा ह्या शेतातला खडान् खडा मी वेचलाय. एवडा मी घाम गाळला म्हणून हे असंल पीक आलंय. आता एकच मागणं हाय... एवडी ह्याची कापणी-मळणी करते. एक ऊन ऊन भाकरी करून माझ्या पोराला वाढू द्या. तेवढी त्याच्या पोटात पडली म्हनजे मग त्याला खुशाल घेऊन जा. तू न्हेनारच असलास तर काय ऐकनार हैस? पण एवडं माझं ऐक. मी काय लई मागत न्हाई. एवडीच माझी मागणी हाय बग. दोन म्हैनं झालं. भाकरी भाकरी करत्यात पोरं माझी. तवा एवडं ऐक बाबा माझं. हात जोडून इनंती हाय बग तुला!''

❐

शाळेचे साहेब

शिक्षणखात्यातला एक शिपाई आमच्या शेजारी राहतो. तो आता निवृत्त झाला आहे. वय लक्षात घेऊन मी त्याला 'रामजीकाका' असं म्हणतो. हा रामजीकाका निवृत्त झाला असला तरी कुणाची मुलं शाळेला घेऊन जा, कुणाचं रेशनिंग आणून दे, कुणाला दुधाच्या बाटल्या पोचव, असली काही कामं करून चार पैसे मिळवत असतो. अशाच काही कामाच्या निमित्तानं तो माझ्या घरी येऊ-जाऊ लागला. अडीअडचणीला आम्हीही त्याला बोलवू लागलो. कधी घरात तांदूळ लागले, गहू लागला, की फक्त त्याला सांगायचा अवकाश; संध्याकाळपर्यंत उत्तम माल घरी येऊन पडलेला असायचा. कधी कुणाला चहाला, फराळाला बोलावलं म्हणजे रामजीकाका घरी हजर! सगळं कसं अगदी व्यवस्थित करायचा आणि तेही फारशी अपेक्षा न करता. जे देऊ त्यात खूष. आम्हालाही असा कुणी मनुष्य हवाच होता. थोड्या काळातच तो अगदी आमच्या घरचा झाला.

एक दिवस दिवाळीत मी काही मंडळींना फराळाला बोलावलं होतं. त्यांत एक शिक्षणखात्यातले सेवानिवृत्त शिक्षण-उपसंचालक होते. रामजीला पाहिल्याबरोबर ते म्हणाले, "हा कसा इथं?"

मी म्हटलं, "आमच्याच बंगल्यातील आऊट हाऊसमध्ये राहतो. काही काम पडलं तर येतो अगत्यानं... आपण ओळखता त्याला?"

"ओळखता म्हणजे काय?" असं म्हणून ते बोलले, "अहो, आमची चांगलीच ओळख आहे. काय रामजी, ओळखलंस की नाही?"

लाजल्यासारखा आविर्भाव करून तो अदबीनं म्हणाला, "व्हय साएब... वळीकतो तर!"

"मग आमच्या गोष्टीबिष्टी यांना कधी सांगतोस की नाही?"

यावर तो भलताच लाजला. दोनदा-तीनदा मान हालवून तो बोलला, "न्हाई न्हाई..."

मग ते म्हणाले, "अहो, हा रामजी अशा गोष्टी सांगतो, की वा! नंबर एकचा गोष्टीवेल्हाळ. मी ए.डी.आय. असताना हा आमचा शिपाई होता. टूरला यालाच मी बरोबर घेऊन जात असे. कंटाळा आला, की म्हणायचं – 'रामजी, सांग एखादा किस्सा...' आणि मग अशी एकेक गोष्ट खुलवून सांगायचा! वा, वा! अरे, हे साहेब लेखक आहेत. गोष्टी लिहितात. त्यांना सांग तुझ्या गोष्टी..."

रामजीबद्दल त्या दिवशी ही एक मला नवीच माहिती मिळाली. मलाही उत्सुकता होती; पण अजून माझ्याबद्दलची त्याची भीड चेपली नव्हती. माझ्या घरच्या मंडळींशी तो जेवढ्या मोकळेपणानं बोलायचा, तेवढा मोकळेपणा अजून आमच्यात नव्हता. मग मीच हळूहळू त्याच्याशी जरा मोकळेपणानं बोलू लागलो. त्याची भीड कमी झाली. कोणत्याही गोष्टीचा संकोच असा राहिला नाही. मग एका संध्याकाळी, गच्चीवर बसल्याबसल्या जरा इकडच्या तिकडच्या गोष्टी केल्या आणि म्हणालो, "रामजीकाका, आज फार कंटाळा आला आहे. सांगा की एखादी गोष्ट."

"आमच्या कसल्या गोष्टी?" असं म्हणून त्यानं जरा आढेवेढे घेतले आणि थोडा आग्रह केल्यावर मग त्यानं बैठक मारली. आलकट-पालकट घालून माझ्या शेजारीच बसला आणि कथनाला आरंभ केला, "त्याचं काय साएब, माझ्या काय राजारानीच्या गोष्टी न्हवंत बरं का! म्हंजे एक आटपाट नगर हुतं आन् त्या नगरात एक राजा हुता. त्याला दोन राण्या हुत्या... एक आवडती, एक नावडती. असं काय न्हाई बरं का..."

मी म्हटलं, "मग छान आहे. त्या मी लहानपणी पुष्कळ ऐकल्यात. त्या नकोच आहेत मला."

"मग काय हरकत न्हाई." असं म्हणून त्यानं जरा मांडी हलवली आणि अजून थोडी प्रस्तावना करत बोलला, "आमच्या आपल्या अनुभवाच्या गोष्टी हो. पस्तीस वरसं नोकरी केली. अनेक साएब आले, अनेक साएब गेले. रग्गड फिरतीबी झाली. माणसांचं लई नमुनं बघितलं. अनुभव घेतलं. तेच गोष्टी म्हणून सांगतो बघा मी..."

त्याला पुष्टी देत मी म्हणालो, "अहो, ह्याच खऱ्या गोष्टी! त्याच ऐकायला हव्यात. सांगा, सांगा." मग दोन्ही मांड्यांच्या गुडघ्यांवर आपले दोन्ही हात ठेवून माझ्याकडं बघत तो म्हणाला, "परवा फराळाला आलेल्या त्या सायबाचीच गोष्ट सांगू का?"

मी म्हटलं, "सांग."

"ऐका, तर मग" असं म्हणून त्यानं आपले डोळे झाकले. मान खाली घालून एक दोन मिनिटं आठवल्यासारखं केलं आणि 'हे बगाऽऽ' असा एक खास सूर लावून त्यानं कथा सुरू केली –

"झाली असतील आता वीस-पंचवीस सालं बघा. तुमचे हे भस्मेसाएब ए.डी.आय.

म्हणून आले. काय कांदिवलीचा कुटला कोर्स करून आलं हुतं आणि लई हुंबदांडगं होतं बगा! त्यांच्या पैल्या फिरतीची गोष्ट हाय बगा ही...'' असं म्हणून त्यानं माझ्याकडं बघितलं आणि हात पुढं करून अंगठा आणि जवळचं बोट एकमेकाला लावून बाकीची बोटं पसरली. मी म्हटलं, ''त्यांच्या पहिल्या फिरतीची? म्हणजे झकास असणार. सांगा.''

''आता खेड्यापाड्याला साळा बगायला जायचं. मी त्यात मुरल्यालो. हे नवं नवरं हो! म्हटलं, बघू काय काय तऱ्हा करत्यात. पाच गावची एकदम फिरती काढली. नकाशा काढून बान मारून ते मला दावाय लागलं. मी म्हटलं – अहो मला सगळं पाठ हाय! धादा जाऊन आलोय मी! तरी मला सगळा भूगोल शिकीवलाच. हूं हूं म्हणून ऐकलं. काय करता? साएब पडला! घेतलं ऐकून आणि निघालो बगा फिरतीला. गड्याचा प्लॅन काय? साडेधाच्या आत आपुन साळंत जायचं आणि मास्तर कवा येत्यात हे बगायला घड्याळ लावायचं. भल्या सकाळची पहिली मोटार धरली. आमी जाऊन नवाला हजर! साळंत जाऊन बसलो... तिथं कोन कुत्रं असनार हो? जरा वेळ गेला आणि मग एक चक्कर टाकून येतो म्हणून भाईर पडलो. थेट हेडमास्तराच्या घराकडं आलो. किती केलं तर कोंबडी-अंडी ते खाल्ल्याली. म्हटलं जाऊन इशारा द्यावा. माझं काम करून मी माघारी आलो. बरोबर साळा भरायच्या टाइमाला सगळं मास्तर हजर! एक परगावचा हुता तेवढा जरा उशिरा आला. मी हुतोच भाईर. म्हटलं – हवा सोडा सायकलची... आणि पंक्चर झाली म्हणून सांगा. साएब आलाय, साएब!''

मी म्हटलं, ''शाब्बास! बरी युक्ती काढली!''

''अहो, काय करता तर मग? ह्यो बाबा एकदम शेराबिरा वाईट द्याचा. त्याचं जन्माचं रेकार्ड खराब व्हायचं! घ्याला नको संभाळून?''

मी म्हटलं, ''बरोबर आहे...''

''बरं, आमाला खायाप्याला घातल्यालं लोक हो हे!'' असं म्हणून तो पुढं सांगू लागला, ''सायकल पंक्चर झाली म्हणूनही गडी ऐकंना. कुठं पंक्चर झाली, कशी झाली, चालायला किती वेळ लागला – अशी प्रश्नांची फैरच सुरू केली. हेऽऽ भंबेरी उडवून दिली. मग सगळ्या वर्गात चक्कर झाली. 'चे'ची गणितं घालायचा बगा... मास्तरांस्नी याची न्हाईत! सगळ्यांची मग तासंपट्टी केली आणि चारच्या टायमाला पोरं भाईर धाडून पटांगणात खेळ सुरू केलं!''

मी विचारलं, ''कसले खेळ?''

''अहो, ते काय कांदिवलीला जाऊन शिकून आलतं. नवं नवं खेळ काडायचं. पोरावर पोरं, पोरावर पोरं अशी उभी करून कसली सरकस करायचं! पोरा-पोरींचा नाचबी घ्याचं. परकर घालून आलेल्या पोरीसनी लुगडी नेसून याला लावायचं आणि

पोरास्नी धोतर नेसवून कोळ्यांचा नाच घ्यायचं! एकेक तऱ्हाच म्हननासा...''

मीही हसून म्हणालो, ''मग मजा करीत होते तर!''

''मज्जा! अशी का तशी? अहो लई कीऽऽऽ'' असं म्हणून तो सांगू लागला, ''पोरं सगळी भाईर पटांगणात आली – वाजवा म्हणालं हलगी. हलगी वाजू लागली आणि हे साएब फुडं होऊन शिकवाय लागलं. एकाच्या खांद्यावर एक, एकाच्या खांद्यावर एक अशी पोरं उभी कराय लागलं – हलगीबी जोरात वाजाय लागली. फुराण चडलं हो! चार मजली इमारतीगत पोरावर पोरं उभी व्हायल्याली – आणि काय झालं कुणाला दक्कल, वरनं इमला ढासळावा तशी एकदम तीन पोरं कोलमडली की!''

मी म्हटलं, ''पोरं पडली?''

अहो, पडली आणि कसलं? उभ्यानं ढासाळली!''

''बाप रे!''

''अहो, बाप रे आणि कसलं? आई गंऽऽ झालं! कोण तोंडावर पडला, कोण ढुंगणावर आदळला, दैना दैना झाली! सगळे मास्तर पळून खेळाय लागले. पोरांनी तर कालवा उडीवला – आरडावरडा आणि रडारड सुरू झाली; आणि हे साएब इचारत्यात – दवाखाना कुठं हाय? आता हे साहेब येऊन असं पोरांचं हात-पाय मोडणार हाय हे काय ठावं हुतं व्हय गावाला? तवा दवाखाना असंल? खेड्यात कुटला दवाखाना हो? डॉक्टर असला तर दवाखाना, का नसला तरबी? अहो, साळा सगळी भांबावल्यागत झाली! एक-दोगं बेसुद्द झालं! हे नुसतं बघून हं. आणि गावकरी आलं बगा – कोण बाई ऊर बडवत येती, तर कोण गळा काडत येतंय. एकजण तर आली आणि तोंडावर हात घेतच हुबी व्हायली. अहो, तिच्या पोराचा पाय मोडला होता. ते मोठ्यानं वरडत हुतं. सोसाय नगो?''

मी म्हटलं, ''तर! मोठा विचित्रच प्रसंग हा!''

''इचित्र? अहो, लई इचित्र!'' असं म्हणून तो सांगू लागला, ''बरं, हे अजून तरी गप बसल्यात का? जायबंदी पोराचं हात वड, पाय वड, असं कराय लागलं! ती आणि मोठ्यानं वरडाय लागली. ह्यावर तरी बाबा गप बसंल का न्हाई? छे, राव! नाव न्हाई! वर आणि हात-पाय मोडल्याला पोरास्नी म्हंत्यात कसं?''

मी म्हटलं, ''कसं?''

''हुबा व्हाऊन दावा! हात वर करा, हात खाली करा. पाय आपटा.अहो, काय आपटा? आदीच कुणाचा हात मोडल्याला, कुणाचा पाय मोडल्याला आणि काय वर करा आणि काय खाली करा! आणि काय आपटा! भोवतीभर गावकरी जमा झालं होतं. त्यांतला एक भाद्दर फुडं झाला; आणि सायबाची मुंडी धरून म्हणाला, 'काय सरकस लावलीया ही? पाय मोडल्याला बघून वर आणि त्याला पाय आपटा

म्हणता? म्हंजे त्यो चांगला मोडू द्या व्हय?' अहो, आबदा आबदा झाली! मग गावकामगार पाटील आलं! आलं ते तरबत्तर होऊनच. आल्याआल्या इचारलं – 'कुटं हाय त्यो साएब?' सायबाची बोबडी वळली! हात जोडून साहेब फुडं झाले आणि वर म्हंतोय कसा, 'हा खेळ हाय – खेळात अपघात घडतात, त्याला काय करायचं?' हे ऐकून जे पाटील खवळले; ते गरजले, 'कुणी सांगितला हुता धंदा तुमाला ह्यो? गप साळा तपासून जाता येत न्हवतं! आता आमीबी तुमचा एक हात आणि एक पाय मोडूनच लावून देतो!' अहो पाटलांची समजूत घालताघालता नाकी नऊ आले! काही केल्या पाटील ऐकायलाच तयार होईना. एकानं तोड काढली- कुणी तरी म्हणालं – 'दंड बसावा की शेपाश्शे! तेवडं वसूल करा आणि द्या सोडून.' छे राव! कशाचं जेवान आन कशाचं काय! रातचं उपाशी झोपायची पाळी आली. हातापाया पडून कसंतरी मिटीवलं आणि भल्या सकाळी उठून दुसऱ्या गावाला निघालो –''

मी विचारलं, ''म्हणजे सहीसलामत सोडलं म्हणता?''

''ते कुठलं हो?'' असं म्हणून तो बोलला, ''हेडमास्तर मधी पडलं. काय औशीदपाण्याचा खर्च ईल त्यो देतो म्हणालं आणि अण्णा, बाबा, म्हणून कसंतरी मिटीवलं झालं... भागवाभागवी करून आम्ही निघालो. भल्या सकाळीच, तोंडाला तोंड दिसायच्या आतच जाऊन गाडीची वाट बगत सडकंला उभा ऱ्हायलो. मी सायबाला म्हटलं – ''आता झालं एवडं रग्गड झालं! ह्या गावात आता असं काय करू नका,'' – त्यावर मला म्हणालं – 'सगळीकडं तसं हुतं काय? अपघात काय रोज घडत नसतो...' आता काय बोलायचं? मी हात जोडून म्हनालो – 'अहो, येळ काय सांगून येत नसती. एकदा असं घडलंय, ह्यात कानाला खडा लावा.' 'कशाचा खडा?'असं म्हणून तो माझ्याकडं बघत राहिला आणि मी विचारलं, ''दुसऱ्या गावाला आणि काय केलं?''

''काय केलं?'' असं मलाच विचारून तो म्हणाला, ''अहो, लई की तऱ्हा!''

''म्हणजे? तिथं आणि काय पराक्रम केला?''

''आता ऐका की!'' असं म्हणून तो बोलू लागला, ''गेलो का दुसऱ्या साळंला? ही साळा मोठी होती. सातवीपतुर वर्ग होतं. पोरीबी हुत्या. मी हातापाया पडून सायबाला म्हटलं हुतं – हितं काय त्यो खेळ मांडू नका... दुपारचं चार वाजलं आणि काडली बाबा हितंबी पोरं भाईर! मी म्हटलं, साएब, काय करता हे? – ते मला म्हणाले, घाबरू नको... हितं नाच शिकीवतो!''

मी म्हटलं, ''नाच?''

''व्हय, ते कोळ्याचं हो! हात मागं-फुडं करून 'वल्लव बाबा वल्लव' ते काय म्हनायचं आणि अंग हलवत पाय मागं-म्होरं टाकायचं – खुळ्यागत आपलं हो!

आणि हितं गम्मत काय झाली?''

''काय?''

''अहो, लई की मज्जा! परकरातल्या मोठ्या मोठ्या पोरीस्नी चांगली चांगली लुगडी नेसून नटूनथटून या म्हनालं. फुलं असली तर गजरासुदिक घाला आणि पावडर-फिवडर लावून झकास सजून या म्हनून पोरीस्नी घराकडं पिटाळलं आणि साएब, सांगायची गोष्ट म्हंजे, त्यांच्या आयास्नी आली की हो शंका!''

''आणि?''

''आणि काय? एकीला चारपाचजणी मिळून चांगला खल केला; आणि पोरीस्नी घेऊन त्यांच्या आया आल्याकी साळंवर! एक-दोघींचा बाबी आला, म्हनालं – ''कोन साएब, त्यो दावा!''

मी पुढं झुकून बसलो आणि नकळत बोललो, ''बाप रे! म्हणजे भलताच प्रसंग गुदरला म्हणायचा!''

''अहो लई भलता! ऐका तर खरं,'' असं म्हणून तो सांगू लागला, ''आया नुसत्या आल्या नव्हत्या. हातांत लाटणी हुती लाटणी! एकजन तर म्हनाली – कोन त्यो मला दाव. त्याची चांगली चारपदरी चपातीच करते! 'काय झालं, काय झालं' म्हणून सायब फुडं झाले; आणि एक पोरगी हात करून म्हनाली, 'ह्योच बग त्यो!' त्याबरोबर तिची आई फुडं झाली आणि हातातलं लाटणं नाचवत म्हणाली – 'का रं बाबा, कोन तू? चांगलं लुगडं नेसून ये असं आमच्या लेकीला सांगितलंस?' – लगेच दुसरी फुडं होऊन म्हनाली, 'आणि गजराफिजरा घालून ये म्हनतोस! कशापायी रं? काय बेत हुता तुझा?'– 'मी नाच शिकीवनार हुतो' असं साएब म्हनाले – त्याबरोबर एकजन उसळली. लांबनंच लाटणं फेकून म्हनाली – 'नाच शिकवाय आमी साळंत घातलंय काय रं? आमी काय डोंबाऱ्याचं हाय?' मग एक पालक फुडं होऊन म्हनाला, 'काय हो मास्तर, काय तमाशा ह्यो! कोन साएब, काय नाच – काय काय – काय भानगाड काय ही? साळंत कसला नाच काडलाय?' एकजन म्होरं येऊन म्हनाली – 'चांगली गचांडी धरून इचारा की उच्चाड्याला! बगा कसं हाय ढांगूळमामा! गजरा घालून ए, पावडर लावून ए म्हनतोय? त्यास्नी आईबा हैत का न्हाईत इचारायला?'– अशी फजिती झाली बगा! त्यांच्या तावडीतनं सुटणं मुष्किल हुतं!''

मी विचारलं, ''मग कशी सुटका झाली?''

''अखेर शेवटी मास्तर मधी पडलं. त्यांनी समजावून सांगितलं आणि कशीबशी सुटका झाली – काय तरी आपलं वचावचा खाऊन आमी झोपलो का?''

मी म्हटलं, ''बरं मग?''

''आन् बगा, काय तरी धाचा टाईम असंल – गाव सगळं सामसूम झालं. आणि

दोघंतिघं गडी हातांत काठ्या घेऊन आलं की साळंवर! काठ्या आपटतच हं का! मी म्हटलं, साएब, कोन तरी आलं – एवढ्यात दारावर धडका सुरू झाल्या!''

''आणि?''

''आता आणि काय? आमची पातळ व्हायची वेळ आली राव! मी सायबाला बाकाखाली ढकलला. वर सतरंजी टाकली आणि झोपतनं जागा झाल्याचा आव आनत खिडकीकडं गेलो – म्हटलं, कोन हाय? वर जबाब आला – 'दार उघडा – गावातल्या काय पोरी साळंत आनल्यात व्हय? लुगडी ते नेसून बोलीवलतं म्हणं! कोन साएब आलाय त्यो!, 'मी म्हटलं – आलंता, पर त्यो गेला की! सांचंच गेला बगा' – एकजन म्हनाला – 'त्यो गेला आणि तू कोन?' – आली की माझ्यावर संक्रांत! – मी म्हटलं – मला वळीकलं न्हाई? आहो, एकत्र च्या घेतलाय की आपून बसून! एकजन बोलला – 'देसाई मास्तरांचा म्हेवना काय–?' मी लगेच म्हनालो – 'व्हय!' त्यांच्या तावडीत गावातच हुतो, पर सुटलो बगा – ते गेल्यावर साएब इचारतोय – 'कोन आलतं?' मी म्हटलं, गप बसा की आता – यम आलता यम! – अहो, तालमीतली पोरं आलती – काठ्याबिठ्या घेऊन. तिकडं त्या गावात जे हातपाय मोडायचं ऱ्हायलं हुतं, ते हितं मोडलं असतं बगा! मग भल्या सकाळीच आमी निगालो –''

मी विचारलं, ''कुठं? तिसऱ्या गावाला?''

''व्हय.''

''आता तिकडे काय?''

''ऐका की –'' असं म्हणून तो सांगू लागला, ''आमी निगालो की भल्या सकाळी. चालतच चार मैल फुडं गेलो; आणि दुसऱ्या गावात जाऊन गाडीची वाट बगत ऱ्हायलो.''

''ते का?''

''अहो, पुन्ना काई गडबड नको.'' असं म्हणून तो पुढं सांगू लागला, ''आमी ऱ्हायलो का हुबा, मी सायबाला म्हटलं – आता हे नाचबीच तिथं काय काडू नका! झालं एवडं हे रग्गड झालं! – त्यावर साएब म्हणतोय कसा? – 'लोक अडानी - त्यास्नी अक्कल न्हाई – मी चांगला नाच शिकीवनार हुतो मशालीचा!' – मी म्हटलं सायबाला – बरं झालं. शिकीवला न्हाईसा – लुगडं-बिगडं आणि कुनाचं पेटलं असतं म्हंजे न्हाई ती कलागत झाली असती – आग लागली म्हणून तुमी आणि जाऊन लुगड्याला हात घालनार. लोक त्याचा आणि अर्थ निराळा लावनार... काय लावला असता का न्हाई असा?'' असा प्रश्न करून तो थांबला आणि मी म्हणालो, ''थांबू नका – पुढं सांगा. तिसऱ्या गावात काय झालं?''

''तो गावात जायच्या अगुदरच झालं?''

"म्हणजे?"

"ऐका तर खरं!" असं म्हणून त्यानं जरा आपल्या मांडीवर तबला वाजवल्यागत केला आणि कथा सुरू केली, "साएब, सगळं सांगून मी त्यास्नी इनंती केलती हं का, पर सभाव कसा बगा! काय तरी बिलामत अंगावर घ्याची त्यास्नी सवंच बगा! गाडीतनं उतरलो. मी फुडं झालो. हे आपली सायबी टोपीबिपी अडकवून झपाझपा माझ्या मागनं या लागलं. एवड्यात काय झालं?"

मी म्हटलं "काय?"

"रस्त्यातच एक नवरा आपल्या बायकूला बेजान हानत हुता! झिंज्या धरून चोपत होता. आता ह्यांनी गप्प बसावं का न्हाई? गप्प साळंकडं जायाचं सोडून ते एकदम म्हनालं – 'ठैरो!'– माझ्या अंगावर काटाच आला! तरी मी त्यास्नी आवरतोय बरं का! मलाच म्हनालं – 'चूप!' आणि फडाफडा इंग्रजीत लागलं बोलायला! गेलं की त्यांच्या अंगावर धावून! त्या बाईच्या दंडाला धरून बाजूला केली आणि म्हनालं – 'चलो, चलो चावडीपर!' त्यो बाबाबी सायबाला बगून घाबरला. हिंदी-इंग्रजीत गार झालं हो लोक! धिंड चावडीवर आनली. पाटीलबी घाबारलं. त्यास्नीबी साएब हिंदीत-इंग्रजीत बोलला – 'ए कॅ हाय? गाव हाय कॅ हाय? कोई पाटील हाय या नही?' वाटेल ते तोंडाला ईल ते बोल्लं! पाटलांनी तर कोंबडीचीच तयारी सुरू केली. त्यास्नी वाटलं, कोन हापीसर हाय आणि कोन न्हाई! त्या बाईला इचारलं, 'तुझी इच्छा काय?' ती म्हनाली – 'मला नांदायचं न्हाई. मला म्हायरला जाऊ द्या -' साएब बोल्लं, जाव, अब्बी जाव!'– आणि गेली की हो ती निघून! सगळ्यांदेखत दाल्ल्याला चार शिव्या घालून आणि हातावर हात घासून चांगला सराप देऊन निघून गेली. मग 'तुम रानटी आदमी है', तुम जंगली है, तुम हैवान है' असं कायबाय बोल्लं! हिकडं माझ्या पोटात गोळा उठल्याला! पर मी तरी काय बोलनार हो? हे सगळं झालं आणि मग मला म्हनालं, 'चल आत साळंवर.' आमी आलो की साळंवर. तवर मागनं आला बगा लोंढा मानसांचा. त्यो नवरा म्हनाला – ह्यच्या आयलाऽऽ ह्यो साळंचा साएब हाय व्हय? त्याला दाखवतो आता इंगा!"

मी म्हटलं, "पुढं?"

"आता काय सांगायचं साएब, साळंत येऊन लोकांनी धुतला की हो चांगला!"

"हाणला?"

"आता काय सांगायचं?"असं म्हणून तो बोलला, "अवो,असा का तसा? आमी मधी पडलो तर आमची काही हाडं काशीला जाऊन पुन्ना माघारी आली! हे ढग उठलं म्हंजे अजून माझं अंग दुकतंय की हो! मी जायबंदी, सगळं मास्तर जायबंदी आणि साएब तर इचारू नका! त्यांचा एक पाय सा म्हैनं असा वर टांगला

हुता; आणि वाळूच्या पिशव्या त्याला डागदरांनी बांदल्या हुत्या!''

मी म्हटलं, ''इतकं मारलं?''

त्यावर तो म्हणाला, ''अहो, बाईचा प्रश्न हाय ह्यो! नुस्ता ह्यावर त्यो मिटला न्हाईऽऽ ''

''मग?''

''साएब दवाखान्यात हुता तंवरच त्यास्नी समन्स आलं!''

''काय म्हणून?''

तो हसून म्हणाला, ''नांदत्या बाईला काडून न्हेली म्हनून नवऱ्यानं पोलिसात तक्राद केली हो!''

मी उत्सुक होऊन विचारलं, ''पुढं काय झालं?''

ते काय ठावं न्हाई... त्यावर त्यांची आणि माझी गाठ परवाच पडली बगा. त्यांची बदलीच झाली हो लांब कुटंतरी... पर एक सांगतो, पत्ता काडत माझ्याकडं लोक आलंतं?''

''कशाला?''

''हाताला धरून बाई पळवून न्हेली म्हनून साक्ष दे... तुला पाश्शे रुपय देतो म्हनत हुतं! आपुन काय हारामाचा पैसा घेतला न्हाई...''

''बरं केलं...पण पुढं काय झालं हे कळलं न्हाई, होय?''

तो म्हणाला, ''त्या दिवशी माझ्याबी मनात हुतं; पर कसं इचारनार? आता तुमीच कवातरी त्याचं काय झालं, हे इचारा आणि मला सांगा.'' असं म्हणून त्यानं किस्सा संपवला; आणि तो माझ्या मनात सुरू झाला...

❑

खास कोल्हापुरी शब्दयोजना असलेली
पाटलांची आधुनिक स्मरणचंची

पाटलांची चंची

शंकर पाटील

चंचीच्या कप्प्यांमधून निरनिराळ्या वस्तू ठेवलेल्या असतात
आणि विडा खाणारा त्या कप्प्यांमधून
हव्या त्या वस्तू काढून घेऊन आपला विडा रंगवतो.
शंकर पाटलांनी आपल्या मन:कोषात
विविध अनुभव जपून ठेवले होते.
आणि लेखन रंगतदार करण्यासाठी
त्यांनी त्या अनुभवांचाच उपयोग केला आहे.
खास कोल्हापुरी शब्दयोजना असलेली
पाटलांची आधुनिक स्मरणचंची उलगडली की
वाचनविडा रंगायलाच हवा.

वळीव

शंकर पाटील

पावसाचं आणि शंकर पाटलांचं एक नातं आहे. ते एकदा म्हणाले होते, ‘पाऊस म्हणजे माझा जिवलग दोस्त! उन्हाची खाई उसळली की माझी तगमग सुरू होते. अगदी गुदमरल्यासारखं वाटतं; पण पाऊस एकदा का कोसळू लागला, की माझ्या चित्तवृत्ती उल्हसित होतात.’ त्यांचं म्हणणं खरं आहे. ‘आभाळ’, ‘वळीव’ अशा कितीतरी कथांतून पावसाची विविध रूपं त्यांनी चित्रित केली आहेत. झिमझिम पाऊस, ताशा बडवत राहिलेला पाऊस, काठी टेकत येणारा पाऊस, धुवाधार पाऊस, थट्टेखोर पाऊस, गारांचा सडा टाकून घेरणारा पाऊस... पण पाऊस अंगावर झेलण्यात एक अपूर्व आनंद आहे! मला विनोबांची पावसातली एक सभा आठवते. पाऊस झिमझिम पडू लागला तशी ते म्हणाले होते, ‘मला विलक्षण आनंद होतो आहे. जणू परमेश्वरच आपल्या सहस्त्रधारांनी या धरतीला कडाडून मिठी मारत आहे. पावसाचा स्पर्श म्हणजे परमेश्वराचा स्पर्श!’